खवय्यांचे अड्डे... प्रांतोप्रांतीचे!

विष्णू मनोहर

सकाळ प्रकाशन

सकाळ प्रकाशन

Khavayyanche Adde...
Prantoprantiche!
©Vishnu Manohar, 2024

खवय्यांचे अड्डे...
प्रांतोप्रांतीचे!
© विष्णू मनोहर, २०२४

प्रथम आवृत्ती	:	ऑगस्ट २०२४
प्रकाशक	:	सकाळ मीडिया प्रा. लि. ५९५, बुधवार पेठ, पुणे ४११ ००२
संपादन	:	ऐश्वर्या कुमठेकर
मुखपृष्ठ	:	मिलिंद कडणे, सांगली
रंगीत पाने	:	मधुमिता शिंदे
मांडणी	:	स्वरूप क्रिएशन्स, पुणे
मुद्रणस्थळ	:	विकास प्रिंटिंग ॲण्ड कॅरिअर्स प्रा. लि. प्लॉट नं. ३२, एमआयडीसी, सातपूर, नाशिक
ISBN	:	978-93-48048-74-5
संपर्क	:	०२०-२४४० ५६७८ / ८८८८८ ४९०५० sakalprakashan@esakal.com

दुनियेतील उत्तमोत्तम
खाऊचे अड्डे
शोधून काढून, विविध चवींच्या
खाद्यपदार्थांचा
आस्वाद घेण्यात
रमणाऱ्या व असे अड्डे मला
कळविणाऱ्या साऱ्या खवय्यांना
प्रेमपूर्वक अर्पण!

दुनियेतील उत्तमोत्तम
खाऊचे अड्डे
शोधून काढून, विविध चवींच्या
खाद्यपदार्थांचा
आस्वाद घेण्यात
रमणाऱ्या व असे अड्डे मला
कळविणाऱ्या साऱ्या खवय्यांना
प्रेमपूर्वक अर्पण!

मनोगत

मी जेव्हा शूटिंगच्या निमित्ताने किंवा जाहीर कार्यक्रमांच्या निमित्ताने भारतात किंवा भारताबाहेर फिरलो, तेव्हा जेवणाच्या/ पदार्थांच्या कित्येक अशा पद्धती दिसल्या की, ज्यांची कुठेही नोंद नाही. खाण्याची अशी कित्येक ठिकाणे दिसली की, ज्यांची नावे प्रसिद्ध नाहीत; पण तिथे मिळणारा प्रत्येक पदार्थ अव्वल आहे. अशा ठिकाणांची मी माझ्या माहितीसाठी नोंद घेत गेलो आणि या सर्व नोंदी एक-एका लेखामध्ये परावर्तित केल्या. 'भटकंती' मासिकामध्ये त्या पहिल्यांदा प्रकाशित झाल्या. त्यामुळे मला या गोष्टीचा छंद जडला व कुठल्याही गावाला गेल्यावर तिथल्या खाद्यसंस्कृतीचा सखोल अभ्यास करणे व तिथे मिळणाऱ्या वेगवेगळ्या पदार्थांची दुकाने शोधून काढणे, हे मी करत गेलो. हे पुस्तक आज सर्वांच्या हाती देताना मला आनंद होत आहे. या कामात मला कित्येक स्थानिक लोकांची मदत झाली. सकाळ

प्रकाशनातर्फे या पुस्तकाची आवृत्ती प्रकाशित होत आहे, याबद्दल मला आनंद वाटतो. सकाळ प्रकाशनाचे प्रमुख आशुतोष रामगीर व संपादिका ऐश्वर्या कुमठेकर यांचे मनापासून आभार.

मनीषा सोमण, शलाका सावंत व मंगेश तितरमारे यांची सुद्धा या कामात बरीच मदत झाली. त्याबद्दल त्यांचेही मनापासून आभार.

– **विष्णू मनोहर**

टीप : या पुस्तकात काही ठिकाणी विशिष्ट प्रांतातील उपाहारगृहात मी गेलो असताना तेथील प्रसिद्ध पदार्थांचे मला दिसलेले दर मी दिले आहेत. उच्च दर्जाचे व चवीचे पदार्थ महागच असतात असे नाही, हे सांगण्याचा माझा त्यामागे उद्देश आहे. त्या दरांमध्ये काळानुसार बदल झालेला असू शकतो, याची वाचकांनी कृपया नोंद घ्यावी.

प्रस्तावना

चख ले इंडिया!!

एक काळ होता, की जेव्हा पुरुषांनी स्वयंपाक करणे वगैरे काही खूप समाजमान्य नव्हते. पण पुढे ९०च्या दशकानंतर खाद्यक्रांती आली. लोक Diet curious & conscious झाले. धावपळीच्या जीवनात 'बाहेर खाणे' हा एक अविभाज्य घटक झाला व मग ओघानेच प्रत्येकाच्या जीवनातील 'फूड' या शब्दाला महत्त्व प्राप्त होत गेले; आणि 'शेफ' या जातीतील कलावंत उदयास आले! टीव्ही, मासिकांमधून झळकू, चमकू लागले. घरोघरी पोहोचले, रुजले, ख्यातिप्राप्त झाले, सेलिब्रिटीज झाले. तसे पाहिले तर या क्षेत्रावर पाश्चिमात्य पगडा असलेल्या 'शेफ संस्कृती'चा व बड्या नामांकित हॉटेल्सच्या 'शेफ'चा कब्जा होता. फार तर रेसिपीजचे पुस्तक लिहिणाऱ्या 'कुकिंग तज्ज्ञांच्या' या गर्दीतून, त्यातही कमी लांबी-रुंदीच्या व आडवळणाच्या वाटेवरून वाट काढीत एक मराठी माणूस झपाझप पाय टाकत, फक्त आपल्या कर्तृत्वाच्याच वाटेवरून, पायाखाली नवीन जमीन व डोक्यावर नवीन आभाळ निर्माण करण्याचा खटाटोप, आटापिटा करीत होता आणि त्यात तो यशस्वीही होत होता.

'आकांक्षापुढती महाराष्ट्र ठेंगणा' या नवीन म्हणीला सार्थक करत, देशविदेशाला गवसणी घालत तो आपल्या हातच्या चवीने, जिभल्यांना स्वतःचा हेवा वाटत राहावा असे नवीन-नवीन पदार्थ चाखायला देत होता. टीव्ही शोज, खाद्य महोत्सव, आज इंदूर, उद्या औरंगाबाद येथे कार्यक्रम तर परवा टीव्ही शो, नंतर एखाद्या प्रख्यात मासिकात स्तंभ/मुलाखत अशा 'यशाच्या रस्त्या'वर आता तो आत्मविश्वासाने चालू लागला होता. आपल्या न मिटणाऱ्या पाऊलखुणा ज्याने या मार्गावर उमटवल्या आहेत, तो आहे आजचा स्टार शेफ 'विष्णूजी की रसोई'चे विष्णू मनोहर.

विष्णूने जसे लाखो लोकांना आजपर्यंत जेवू घातलेय, तसेच त्याच्या पुस्तके, सीडी, टीव्ही शोजच्या माध्यमातूनही लाखोंनी त्याची रुचकर पदार्थ तयार करण्याची पद्धत जाणून घेऊन आपल्या जिव्हा-चक्षूंना आनंद मिळवून दिलाय.

आपला देश नानाविध प्रांत, संस्कृती, भाषा, हवामान, जीवनपद्धतींनी नटलेला आहे. साहजिकच प्रत्येक ठिकाणची खाद्यसंस्कृतीही वेगळी आहे. या वेगवेगळ्या संस्कृतींना एका धाग्यात ओवण्याचे काम, जसे आमच्या 'जन... गण... मन'ने केले, तसेच, तेच काम विष्णूने या खाद्य-यात्रेच्या माध्यमातून करायचा प्रयत्न केलाय. आपल्या देशातील खाद्यप्रकार हा आपला, तसे पाहिले तर जागतिक स्तरावर 'यूएसपी' आहे व आपली यात मोनोपोली देखील आहे. कारण मित्रांनो, आमचा विष्णू पिझ्झा, बर्गर, चिकन, पास्ता बनवू शकतो, पण पाश्चात्य शेफ वांग्याचे भरीत, सरसो का साग, उत्तपम्, दाल बाटी थोडीच बनवू शकतात? आपण लोक जरा मार्केटिंगमध्ये कमी पडतो, हा एक भाग आहे म्हणा.

विष्णूची ही खाद्यसंस्कृती सफर फारच रुचकर व 'जीभ घेणी' आहे व आपल्याला माहिती असलेल्या नेहमीच्या पदार्थांपेक्षाही इतर अनेक रुचकर बेटांवर घेऊन जाणारी आहे. त्यात सर्व छोट्या-छोट्या गोष्टीकडे फार बारकाईने लक्ष दिले गेले आहे. विष्णूच्या पाककृती जिभेला पाणी आणणाऱ्या असतात व आजही नागपुरात मी अशा खूप लोकांना ओळखतो की जे विष्णूने आयोजित केलेला कोणताही कार्यक्रम उदाहरणार्थ गाण्याचे कार्यक्रम, खाद्य-महोत्सव, ज्येष्ठांचा फॅशन शो, इतर घरगुती कार्यक्रम वगैरे अजिबात चुकवत नाहीत. यात त्याच्यावरील प्रेम व जिव्हाळा हा भाग तर आहेच. पण त्याशिवाय विष्णूच्या हातच्या किंवा विष्णूने हात लावलेल्या पाककृतींची मेजवानी हाही एक महत्त्वाचा भाग असतो हं.

विष्णू हा एक असा 'शेफ' आहे ज्याला त्याच्यावर व त्याच्या 'रस्सा-रस्सम्-रोटी-रबडी'वर मनापासून प्रेम करणारा एक 'रसिक' वर्ग आहे. असेही म्हणता येईल...

त्याच्या या तारांकित प्रवासाचा मी अगदी पहिल्या पावलापासूनचा सोबती व साक्षीदार आहे. त्याच्या धडपडीला, कर्तृत्वाला, मेहनतीला, जिद्दीला व इतके प्रचंड यश मिळूनही आपला 'विष्णू'पणा सांभाळून, जपून, टिकवून ठेवण्याच्या संवेदनशीलतेला माझा सलाम...

I am proud of you, Vishnu...

– **मोहन पांडे,** प्रधान सल्लागार,
एलआयटी विद्यापीठ, नागपूर

अनुक्रमणिका

जम्मू-काश्मीर

क्षेत्रफळाच्या दृष्टीने भारतात सहाव्या क्रमांकावर असणारे जम्मू-काश्मीर हे भारताच्या पर्यटन नकाशावरील एक प्रमुख ठिकाण आहे. काश्मीरला 'भारताचा मुकुटमणी' म्हणून संबोधले जाते. 'श्रीनगर' ही जम्मू-काश्मीरची राजधानी आहे. या प्रदेशात अनेक पर्यटन स्थळे आहेत. त्यापैकी 'अखनूर' हे शहर चिनाब नदीच्या काठी वसलेले असून सहलीसाठी प्रसिद्ध ठिकाण आहे. भारतातील नैसर्गिक चमत्कारांपैकी एक स्थान म्हणजे अमरनाथ, हे सुद्धा या प्रदेशात आहे. दर श्रावण महिन्यात येथे बर्फाचे शिवलिंग तयार होते. श्रावण शुद्ध प्रतिपदेपासून चंद्राच्या वाढत्या कलेबरोबर हे शिवलिंग वाढत जाते व चंद्राच्या उतरत्या कलेप्रमाणे श्रावण अमावस्येला अंतर्धान पावते. नारळी पौर्णिमेस ते परिपूर्ण होते. येथे पार्वती व गणपतीचीही अशाच प्रकारे स्वयंभू शिवलिंगे निर्माण होतात. अमरनाथची मुख्य यात्रा पहेलगामपासून सुरू होते. अमरनाथ ते पहेलगाम यांच्यात ४६ किमी एवढे अंतर आहे. पहेलगाम हे शेषनाग आणि लीडर या नद्यांच्या संगमावर वसलेले थंड हवेचे ठिकाण आहे.

वैष्णोदेवी हे धार्मिक ठिकाणसुद्धा जम्मू-काश्मीर या प्रदेशात येते. वैष्णोदेवी हे त्रिकुट पर्वतरांगेतील प्रमुख शक्तिपीठ आहे. येथे मंदिर बांधलेले नाही व मूर्तीही नाही. एका गुहेत महासरस्वती, महालक्ष्मी व महाकालीच्या प्रतीकात्मक अशा तीन पिंडी दिसून येतात. तेथे जाण्यासाठी जम्मू-श्रीनगर मार्गावरील कटरा या गावापासून १३ किलोमीटर पायी प्रवास करावा लागतो.

आपण जम्मूहून श्रीनगरला जेव्हा रस्तामार्गे जातो, तेव्हा तो खरेच एक वेगळा अनुभव असतो. दोन दिवसांत आपण तिन्ही ऋतूंचा अनुभव घेतो. श्रीनगरला अतिशय गर्मी, काश्मीरला थंडी व जाण्या-येण्याच्या प्रवासात कधीतरी पाऊस झेलावा लागतो. या मार्गावर एक छोटासा ढाबाही आहे, त्याचे नाव आहे 'केसर का ढाबा'. येथे हा मनुष्य फक्त राजमा, रोटी आणि चावल एवढेच विकतो आणि तेही चोवीस तास. पण या राजम्याची चव इतकी विलक्षण आहे की, त्याचे वर्णन मी करणार नाही, तुम्ही राजम्यासाठी तरी तिथे जा असे मी म्हणेन.

शारदी हे झेलम व किशनगंगा या नद्यांच्या संगमावर स्थित असलेले धार्मिक ठिकाण सुद्धा जम्मू आणि काश्मीर या सीमेंतर्गत येते. येथे शारदा देवीचे प्राचीन मंदिर आहे. सध्या हे ठिकाण पाकव्याप्त काश्मीरमध्ये आहे. १९४७ नंतर या देवीचे दर्शन घेता येत नाही म्हणून 'पनुन काश्मीर' या संघटनेने नानकानासाहेब व मानसरोवराच्या यात्रेप्रमाणे या क्षेत्राच्या यात्रेचीही व्यवस्था शासनाने करावी, अशी मागणी केली आहे. श्रीनगर हे शहर झेलम नदीच्या दोन्ही तीरावर वसलेले असून ते जम्मू-काश्मीर या प्रदेशाची राजधानी आहे. पाम्पोर येथे केशराच्या शेतीचे अतिशय सुंदर दृश्य पाहायला मिळते.

केशराबरोबर येथे अक्रोडचे उत्पादन मोठ्या प्रमाणात होते. अक्रोडाच्या झाडाच्या लाकडापासून वेगवेगळ्या लाकडी वस्तू तयार करतात. अक्रोडाचे तेल सुद्धा काढले जाते, तसेच अक्रोडाचे टरफलसुद्धा शर्टाची बटणे बनविण्याकरिता वापरता येते. मी काश्मीरला गेल्यावर एका हाऊस बोटमध्ये राहतो. त्या हाऊस बोटचा मालक स्वतः छोट्या झोपडीत राहतो, पण त्याची हाऊस बोट मात्र त्रितारांकित, पंचतारांकित हॉटेलच्या तोडीची असते. आधी मला वाटले की, तो तिथे काम करणारा मनुष्य असेल, पण नंतर लक्षात आले की, हा स्वतः मालक आहे. तिथे गेल्याबरोबर आपले स्वागत होते ते, काश्मिरी कहावाने. हा तिथल्या गरम चहाचा प्रकार आहे. छोट्याशा निखाऱ्याच्या शेगडीवर हा कहावा ठेवलेला

असतो. तो आपल्याला वाटेल तेवढा मनसोक्त प्यायचा असतो. त्यावर काही बंधन नसते.

हाऊस बोटीतून आम्ही छोट्या नावेत बसून शॉपिंगला गेलो. तेथील दुकाने सुद्धा पाण्यात होती. ज्याप्रमाणे आपण गाड्या पार्क करतो, त्याचप्रमाणे तिथे बोटी पार्क करतात. छोट्या-छोट्या बोटीतून मुले-मुली वल्ही मारत शाळेत जाताना दिसतात. सकाळचे दृश्य तर अजूनच आल्हाददायक होते! हाऊस बोटीच्या बाहेर येऊन बसलो की, गुलाबी बोचणारी थंडी जाणवते. छोट्या-छोट्या बोटीतून कामाला निघालेली माणसे, त्याचबरोबर एखाद्या बोटीतून छोटी मुले चहाचा किंवा दुधाचा कप हातात घेऊन घाईने शाळेत जात असतात. वाटेत पाव विकणाऱ्या माणसाकडून पाव घेतात. त्या पावाची व चहाची मजा घेत-घेत मुले शाळेत जातात. इथे बोटीतून शॉपिंग करत असताना तुम्हाला तरंगती रेस्टॉरंटसही दिसतात. त्याचबरोबर पाण्यावरची शेती सुद्धा दिसते. 'दल'लेकच्या बाहेर पडल्याबरोबर एक छोटेखानी 'वैष्णव' ढाबा आहे. तिथे तुम्हाला शुद्ध शाकाहारी, ताजे जेवण मिळते. तिथले वैशिष्ट्य म्हणजे हा चोवीस तास सेवा देतो. मागेच त्याचे घर आहे. हा ढाबा १५ फूट रुंद व २० फूट लांब इतका आहे. एका बाजूला टेबल मावेल इतकी जेमतेम जागा. जेवण ऑर्डर केल्यानंतर १५ ते २० मिनिटांत जेवण तुमच्या समोर येते. साधारणपणे २ माणसांचे जेवण २०० रुपयांपर्यंत होते. तिथून डावीकडे गेले की, मुघल गार्डन, उजवीकडून सरळ गेले की बाजारपेठ. तिथे मांसाहारप्रेमी मंडळींची चंगळ असते. आम्ही जेव्हा बाजारपेठेचा फेरफटका मारला तेव्हा एक किराण्याचे दुकान शोधले व तिथून पोहे व साबुदाणा घेतला. कारण आम्हाला उपवासाची खिचडी व पोहे करून खायचे होते. आम्हाला जे पोहे मिळाले ते अतिशय जुने होते. कारण काश्मीरमध्ये पोहे हा प्रकारच त्यांना माहिती नाही. आम्ही ते पोहे हाऊस बोटच्या किचनमध्ये बनविले. त्या लोकांना सुद्धा हा नवीन प्रकार होता. त्यांनी तो कसा करतात, ते शिकून घेतले व आता त्यांच्या ब्रेकफास्टच्या यादीमध्ये मराठी 'आलू पोहा' हे नाव झळकू लागले आहे. इथले आणखी एक वैशिष्ट्य असे की, वेगवेगळ्या रेस्टॉरंटच्या चवी व पद्धती यात बराच फरक आढळतो. इथून जवळच पहलगामच्या रस्त्यावर जाताना जो पहिला स्टॉप आहे, तिथे 'व्हाईट कॅसल' नावाचे जुने हॉटेल आहे. तिथे सर्व लोकांना थांबावे लागते. जुने, अर्धवट

लाकडी बांधकाम असलेले हे हॉटेल तसे बंदच पडले आहे. पण रेस्टॉरंट मात्र सुरू आहे. तिथे गेल्याबरोबर तुमच्या आवडीप्रमाणे गरमागरम, वेगवेगळ्या चवीची भजी तुम्हाला करून मिळतात. त्यामध्ये कमळ काकडी, कांदा भजी, मिरची भजी, इत्यादींची मजा गरम चहाबरोबरच घ्यावी. रस्त्याने जाताना तिथे दोन्ही बाजूंनी चित्रपटांमध्ये दाखवतात तशा सफरचंदाच्या बागा आपल्याला पाहायला मिळतात.

काश्मीरला जाऊन 'आईस स्केटिंग' केले नाही, असा माणूस विरळाच. तिथे गेल्यावर छोटी छोटी बसकी घरे तुम्हाला दिसतील. या घरांचे छत हिरव्यागार गवताने आच्छादलेले असते. अशाच एखाद्या छताखाली वाफाळणारा चहा तुमची वाट पाहात असतो. तो जर तुम्ही घेतला नाही तर आयुष्यातला एक सुरेख अनुभव वाया घालवला असे मला वाटते. आता काही ठिकाणी त्याबरोबर भजी, नूडल्स सुद्धा मिळू लागले आहेत.

चित्रपटावरून आठवले, ज्यावेळी आम्ही हाऊस बोटमध्ये राहात होतो, तेव्हा अचानक संध्याकाळी 'घुमर-घुमर' गाण्याचे सूर ऐकू आले. खोलीत चौकशी केल्यावर असे कळले की याच चालीतील हे गाणे काश्मीरमध्ये अनेक वर्षांपासून लोक म्हणत आले आहेत. याचे वैशिष्ट्य म्हणजे तिथे लग्नाच्या आदल्या दिवशी असली गाणी म्हणत वेगवेगळे पदार्थ तयार करतात. त्या दिवशी 'मटण गुस्तावा' नावाचा हा पदार्थ हमखास केला जातो.

काश्मिरी ग्रेव्ही

कोल्हापूरची जशी लवंगी मिरची, तशीच काश्मीरची चपटा मिरची प्रसिद्ध आहे. लवंगी जहाल तिखट, पण काश्मीरची चपटा मिरची मात्र मुख्यतः केवळ रंगानेच लाल असते. काश्मीर हा बर्फाच्छादित हिमशिखरांच्या सावलीतील प्रदेश तर कोल्हापूर हा काळ्या पत्थराच्या सह्याद्रीच्या छायेतील प्रदेश. या प्रदेशांत हवामान, भौगोलिक परिस्थितीत प्रचंड भिन्नत्व असले तरी, त्या-त्या भागात उपलब्ध असलेल्या पदार्थांचा उपयोग करून तेथे पाककला समृद्ध झालेली दिसते. जसे, कोल्हापुरी रश्श्यात मिरची मुख्यत्वे करून असते, तसेच काश्मिरी ग्रेव्हीत देखील मिरची हाच मुख्य घटक असतो. फरक एवढाच की घट्टपणा आणण्यासाठी

कोल्हापूरला काही वेगळ्या प्रकारच्या पदार्थांचा उपयोग करतात तर काश्मीरमध्ये अक्रोडचा उपयोग होतो.

साहित्य

चपटा मिरचीचे बारीक वाटण २ वाट्या, घट्ट दही १ वाटी, भिजवून बारीक वाटलेले अक्रोड अर्धी वाटी, जायपत्री अर्धा चमचा, तमालपत्र ३-४, आले- लसणाचे वाटण अर्धा चमचा, हळद अर्धा लहान चमचा, मीठ चवीपुरते, साजूक तूप, फोडणीला तेल अर्धी वाटी, शहाजिरे १ चमचा.

कृती

पातेल्यात तेल गरम करून त्यात प्रथम शहाजिरे, लसणाचे वाटण घालून शिजवल्यानंतर लाल मिरचीचे वाटण व अक्रोडाचे वाटण घालावे. जायपत्री, तमालपत्र, आल्याचे वाटण व थोडेसे पाणी, आणि घोटलेले दही घालून हे मिश्रण शिजवावे. तेल सुटल्यानंतर हळद, चवीपुरते मीठ घालून गॅस बंद करावा.

मटण गुस्तावा

साहित्य

मटणाचा खिमा १ किलो, खडा मसाला पावडर २ चमचे, मीठ चवीपुरते, तमालपत्र ३-४, काश्मिरी ग्रेव्ही ४ वाट्या.

कृती

मटणाच्या खिम्याला लाकडाच्या तुकड्यावर एका मोठ्या हातोडीने ठोकून ठोकून एवढे एकजीव करावे की, ते कणकेच्या गोळ्यासारखे व्हावे. एका भांड्यात पाण्यामध्ये खडा मसाला पावडर व तमालपत्रे टाकावी. उकळी आल्यावर थोडेसे मीठ घालावे. मटणाचे छोट्या लिंबाच्या आकाराचे गोळे करून घालावेत. १०-१२ मिनिटे शिजवल्यानंतर याचा आकार थोडा मोठा होऊन ते तरंगू लागतात म्हणजे ते मटण शिजले आहे असे समजावे. असे तयार गोळे काश्मिरी ग्रेव्हीत घालून तंदुरी रोटीबरोबर खायला द्यावे.

सोजी का हलवा

साहित्य
गव्हाचे पीठ २ वाट्या, साजूक तूप पाऊण वाटी, गूळ चवीनुसार, किसलेला लाल कोहळा १ वाटी, १ चमचा वेलची पूड, काजू किसमिस थोडेसे.

कृती
तुपात गव्हाचे पीठ छान भाजून घ्यावे. दूध वेगळे तापत ठेवावे. गव्हाचे पीठ भाजल्यानंतर त्यात गरम दूध, किसलेला कोहळा, गूळ इत्यादी घालावे. झाकण ठेवून एक वाफ येऊ द्यावी. वरून काजू, किसमिस घालून वाढावे.

नद्र सब्जी (काश्मिरी)

कमळदांडीचा उपयोग काश्मीरला मोठ्या प्रमाणात करतात. कमळाची पाने वापरून सुद्धा काही खाद्यपदार्थ बनवतात. तसेच कमळाच्या बिया फोडून त्याच्या लाह्या बनवितात त्याला 'मखाणा' असे म्हणतात. आता कमळापासून तयार केलेले काही पदार्थ बघूयात.

साहित्य
कमळ दांडी (कमळाचा देठ), लाल मिरची २-३ नग, टोमॅटो अर्धा वाटी (चेरी टोमॅटो असेल तर दिसायला छान दिसतं), जर्दाळू २-३ नग, खारे गुलाबजाम १०-१२ नग, क्रीम ३-४ चमचे, केशर, पनीर, मटार, फ्लॉवर, गाजर, गुलाबजामसाठी खवा अर्धी वाटी, मैदा २ चमचे, शहाजिरे, शुद्ध तूप २ चमचे, बारीक चिरलेली लसूण, लवंग, मिरे.

कृती
लाल मिरचीची पेस्ट व टोमॅटो प्युरी बनवून घ्यावी. तुपात जिरे व सर्व गरम मसाले, लसूण, मिरचीची पेस्ट व टोमॅटो प्युरी टाकून तेल सुटेस्तोवर शिजवावे. नंतर सर्व भाज्या मिसळून शिजवावे. चवीनुसार मीठ, साखर घालावी. नंतर खारे गुलाबजाम, केशर क्रीम घालून छोट्या नानबरोबर खायला द्यावे.

काश्मिरी दम आलू

साहित्य

छोटे बटाटे ८ ते १० नग, खवा ४ चमचे, काजू, किसमिस, आले, लसूण पेस्ट अर्धा चमचा, मीठ, लिंबू, साखर, तळायला तेल, मैदा ४ चमचे.

कृती

छोटे बटाटे सोलून मधून पोखरून थोडे वाफवून घ्या. खव्यामध्ये मीठ, लिंबू, साखर, आले-लसणाची पेस्ट, बारीक चिरलेली कोथिंबीर मिसळून हा मसाला पोखरलेल्या बटाट्यांमध्ये भरावा. नंतर भजीच्या पिठाप्रमाणे मैद्याचे पातळ पीठ भिजवून त्यात हे बटाटे बुडवून बाजूला ठेवावे. वरून ब्राउन ग्रेव्ही व फ्रेश क्रीम घालून वाढावे.

याखनी बिर्याणी

याखनी बिर्याणी ही पद्धत काश्मिरी, मुस्लिम लोकांची खासियत म्हणता येईल. यात पारंपरिक प्रकार म्हणजे याखनी मटण, याखनी पनीर. पण मी या पद्धतीने, पण चिकन वापरून तयार केलेला हा थोडा वेगळा प्रकार.

साहित्य

१ वाटी दही, थोडासा रवा, चिकनचे बोनलेस तुकडे २०० ग्रॅम, तांदूळ, शुद्ध तूप ४ चमचे, मीठ चवीनुसार, तमालपत्र, २-३ लवंग, वेलची, काळी मिरी २ ते ३ चमचे, हळद अर्धा चमचा, लांब बारीक चिरलेला कांदा २ वाट्या, १ चमचा लसूण, १/२ चमचा आले, २-३ हिरवी मिरच्या, कोथिंबीर, पुदिन्याची पाने (जाडसर कुटलेली) अर्धा वाटी, तेल २ चमचे, कसुरी मेथी १ चमचा.

कृती

सर्वप्रथम एका भांड्यात दही, मैदा, आले-लसणाचे वाटण, चवीनुसार मीठ, हळद व तेल एकत्र करून त्यात चिकनचे बोनलेस तुकडे घालून ठेवावे. (थोडेसे तळून घातले तरी छान लागतात.) दुसऱ्या एका भांड्यात ३ वाटी पाणी घेऊन त्यात चवीनुसार मीठ, खडा मसाला, तूप, कसुरी मेथी घालून उकळल्यावर तांदूळ घालावेत. भात शिजत आला की वरून मिश्रणात कालवून ठेवलेले चिकनचे बोनलेस तुकडे घालावेत. ५ ते ६ मिनिटे झाकून मंद आचेवर ठेवावे. नंतर गरमगरम वाढावे.

काश्मिरी पुलाव

साहित्य

तांदूळ अर्धा किलो, दही १ वाटी, साजूक तूप १ वाटी, केशर पाव चमचा, काजू, किसमिस, मीठ चवीनुसार, १ लिंबाचा रस, १/२ चमचा आले, लसूण पेस्ट २ चमचे, बारीक चिरलेली कोथिंबीर अर्धी वाटी, खवा १ वाटी, कलमी अर्धा चमचा, मोठी वेलची अर्धा चमचा, दालचिनी अर्धा चमचा, जायपत्री अर्धा चमचा, शहाजिरे अर्धा चमचा, मटार अर्धी वाटी, फ्लॉवर अर्धी वाटी, गाजर अर्धी वाटी, बारीक चिरलेला अननस १ वाटी, बारीक चिरलेले सफरचंदाचे तुकडे अर्धी वाटी.

कृती

पातेल्यात तूप घालून सर्वप्रथम खडा मसाला, नंतर आले-लसूण पेस्ट घालून चांगले परतावे. त्यानंतर चिरलेल्या भाज्या कोथिंबीर व दही घालावे. तांदूळ मोजून त्याच्या सव्वा पट पाणी घालावे. पाण्याला उकळी आल्यावर बासमती तांदूळ धुवून घालावे. चवीनुसार मीठ घालून मंद आचेवर शिजू द्यावा.

केशर दुधात भिजवून ते सुद्धा घालावे. तांदूळ शिजेस्तोवर खव्याचे बिनसाखरेचे गुलाबजाम बनवून ठेवावे व भात शिजत आल्यावर त्यावर गुलाबजाम, अननस व सफरचंदाचे तुकडे घालावेत. रायत्याबरोबर किंवा नुसताच हा पुलाव खूप छान लागतो.

इझी पोटॅटो

साहित्य

बटाटे ४ ते ५, लसूण बारीक चिरलेला २ चमचे, तेल १ चमचा, सोया सॉस १ चमचा, टोमॅटो सॉस १ चमचा, तिखट चवीनुसार, कोथिंबीर, तीळ.

कृती

फ्राय पॅनमध्ये तेल घेऊन लसूण छान परतून घ्यावा. लसणाबरोबरच बारीक लांबट कापलेले बटाटेसुद्धा घालावे. मोठ्या गॅसवर खरपूस होईपर्यंत परतावे. नंतर १ चमचा सोया सॉस, टोमॅटो सॉस व वरून कोथिंबीर घालून वाढावे.

तहूर

साहित्य

तांदूळ २ कप, हळद छोटा अर्धा चमचा, मश्रूमचे तुकडे १ कप, सुका मेवा ५० ग्रॅम (शेंगदाणे, काजू, बदाम), बेदाणे २५ ग्रॅम, मीठ चवीनुसार, तूप ३ चमचे.

कृती

मश्रूम पाण्याने स्वच्छ धुवून त्याचे बारीक तुकडे करावे. एका फ्रायपॅनमध्ये एक मोठा चमचा तूप घालून त्यात मश्रूमचे तुकडे सोनेरी होईपर्यंत तळावे. एका भांड्यात दोन कप धुतलेले तांदूळ घालावेत व त्याचबरोबर चार कप पाणीही घाला. नंतर हे भांडे आचेवर ठेवा. त्यात मीठ व हळदही घालावी. तांदळाला उकळी आल्यावर आच मंद करावी. मंद आचेवर तांदूळ अर्धवट शिजले की त्यात तळलेले मश्रूमचे तुकडे घालावे. मंद आचेवर हे मिश्रण शिजत ठेवावे. मिश्रण व्यवस्थित शिजल्यावर गॅसवरून खाली उतरवावे. त्यावर बेदाणे आणि सुका मेवा घालावा. तूप पातळ करून भातावर टाकून घ्यावे व लगेच खायला द्यावे.

काश्मिरी कहावा

साहित्य

बदाम पेस्ट २ चमचे, पाणी ५ कप, केशर पाव चमचा, साखर ३ चमचे, वेलची पूड पाव चमचा, लवंग पाव चमचा, काश्मिरी चहा अर्धा चमचा, दालचिनी पाव चमचा.

कृती

सर्व साहित्य एकत्र करून ५ कप पाण्यात उकळवावे. त्यातले कमीत कमी २ कप पाणी आटायला हवे. नंतर नेहमीच्या चहाप्रमाणे गाळून प्यायला द्यावे.

हरियाणा

हरियाणाचा इतिहास वैदिक काळापासून असून गौरवपूर्ण आहे. हरियाणा राज्य हे पुरातन काळातील भरत वंशाची जन्मभूमी मानले जाते, ज्यावरून या देशाचे नाव 'भारत' पडले आहे, असे म्हणतात. आपल्या महान महाकाव्यामध्ये हरियाणाचा उल्लेख केला आहे. कौरव आणि पांडवांची युद्धभूमी 'कुरुक्षेत्र' ही हरियाणामध्येच स्थित आहे. मुसलमानांच्या आगमनानंतर आणि दिल्ली भारताची राजधानी होण्यापूर्वी भारताच्या इतिहासात हरियाणाचा उल्लेख प्रथम केला जात असे. यानंतर हरियाणा हा दिल्लीचाच एक भाग बनला. १८५७ च्या उठावानंतर तेथे ब्रिटिशांचे शासन स्थापित झाले. त्या आधी तेथे अनेक राजांनी आपले वर्चस्व गाजवले. १ नोव्हेंबर १९६६ रोजी पंजाबची पुनर्रचना झाल्यानंतर हरियाणा सुद्धा एक वेगळे राज्य बनले.

हरियाणा हे राज्य भारताच्या उत्तर-पश्चिम भागात वसले आहे. त्याच्या पूर्वेस उत्तर प्रदेश, पश्चिमेस पंजाब, उत्तरेस हिमाचल प्रदेश आणि दक्षिणेस राजस्थान आहे. चंदीगढ ही या राज्याची राजधानी आहे.

हरियाणातील ६५ टक्क्यांहून अधिक लोकसंख्येच्या उपजीविकेचा आधार शेती हाच आहे. राज्यातील उत्पादनात शेतीचे योगदान २७ टक्के इतके आहे. येथील शेतांत प्रामुख्याने तांदूळ, गहू, ज्वारी, बाजरी, मका, ऊस इत्यादींचे उत्पादन घेतले जाते. हरियाणामध्ये प्रत्येक वस्तूचे उत्पादन होते. विश्वबाजारात बासमती तांदळाचा सर्वांत मोठा निर्यातदार म्हणून हरियाणा ओळखला जातो. शेती उत्पादनाबरोबर येथे फार मोठ्या प्रमाणात औद्योगिकीकरण सुरू आहे.

हरियाणामध्ये पर्यटकांसाठी ४४ विश्रामगृहे आहेत. प्रमुख पर्यटन स्थळांमध्ये ब्लू जे (समालखा), स्काईलार्क रिसॉर्ट (पानिपत), चक्रवती झील आणि ओएसिस टूरिस्ट कॉम्प्लेक्स रिसॉर्ट (उचना), पराकीट रिसॉर्ट (पीपली), किंगफिशर (अंबाला), पिंजर गार्डन (पिंजर), शमा (गुडगांव), मोरनी हिल्स इत्यादींचा समावेश आहे. सूरजकुंडमधील विश्वप्रसिद्ध शिल्पमेळा दरवर्षी फेब्रुवारीमध्ये आयोजित केला जातो. इथे वेगवेगळ्या हस्तनिर्मित वस्तूंबरोबर तिथल्यातिथल्या खाद्यपदार्थांचा समावेश सुद्धा केला जातो.

हरियाणाची खाद्यसंस्कृती ही पंजाबशी अगदी मिळतीजुळती अशी आहे. कारण हरियाणा आणि पंजाब एकेकाळी एकच होती. येथे आपल्याला दूध व दह्यापासून हरियाणा तयार होणारे अनेक पदार्थ पाहायला मिळतात. हरियाणात प्रामुख्याने आपल्याला मसालेदार (स्पाईसी) पदार्थ जास्त प्रमाणात बघायला मिळतील. कारण येथील पदार्थांत तुपाचा वापर जास्त प्रमाणात केला जातो. पनीर टिक्क्याचे प्रकार, पनीरच्या वेगवेगळ्या भाज्या हे इथले वैशिष्ट्य! सूरजकुंडच्या मेळ्यामध्ये खाणे हा सुद्धा एक वेगळा भाग असतो. तुम्ही तेथे जाल तर अर्धा दिवस खाणे व अर्धा दिवस खरेदी अशी वेळ ठेवून जा! इथेच तुम्हाला लालूजी गोलगप्पेवाल्याचा स्टॉल दिसेल. बिसलेरीच्या पाण्याने बनवलेली पाणीपुरी हे याचे वैशिष्ट्य. रव्याच्या, मैद्याच्या, कणकेच्या वेगवेगळ्या स्वादाच्या व वेगवेगळ्या आकाराच्या पुऱ्या, हे दुसरे वैशिष्ट्य. याचा स्टॉल लाल किल्ल्याजवळही आहे. आणि मला आठवते, काही वर्षांपूर्वी याने मर्सिडीज घेतली होती व त्यातून त्याने पाणीपुरीचे पाकीट काढलेले मी बघितले आहे. तिथले अजून एक वैशिष्ट्य म्हणजे

त्याच्याकडे सहा मायक्रोवेव्ह ओव्हन असलेले एक पॅनल आहे व पाणीपुरी क्रिस्पी व्हावी म्हणून तो त्यात पुऱ्या २०-३० सेकंद ठेवून मग आपल्याला देतो. खात्रीने सांगतो की, तुम्ही १० पुऱ्या खायला गेलात तर मायक्रोवेव्हमधल्या २० पुऱ्या तुम्ही सहज खाल.

दिल्ली-हरियाणा मार्गावर बरेच मोठे-मोठे ढाबे आहेत व बहुतांश ढाबे हायटेक आहेत. म्हणजे असे की, ढाब्याचा मोठ्ठा परिसर... हौसे-नवसे-गवसे या सगळ्यांची वेगवेगळी व्यवस्था! म्हणजे ट्रकवाल्यांचा वेगळा भाग, मोटार-कारवाल्यांचा वेगळा. जेवणाच्या पद्धतीही वेगवेगळ्या, इंटरनेटची व्यवस्था, आंघोळीची व्यवस्था, शिवाय ट्रकवाल्यांना राहण्याची व्यवस्था तर असतेच.

या शिवाय मला इथे एका ढाब्याचा उल्लेख करावाच लागेल त्याला 'फाईव्ह स्टार ढाबा' म्हणूयात. दिल्ली-चंदीगड रोडवर हवेली ढाबा कोणीही सांगेल. तिथे एकदा जाऊन यावेच आणि नंतर सारखे-सारखे जावे, असे याचे वर्णन करावे लागेल.

इथल्या ढाब्यांची मजा घ्यायची आहे तर थंडीच्या दिवसांत जायचे. एक तर हवामान बदलल्यामुळे भूकही छान लागते. मला इथला एक प्रकार आवडतो. पनीरची कुठलीही भाजी बनविली आणि त्याला म्हटले की 'मलई मार के लाओ' तर तो सढळ हाताने बाजूच्या गंजातील साय काढून तुमच्या प्लेटमध्ये टाकतो. भाजीबरोबर तर ही साय अप्रतिम लागतेच पण कडक तंदुरी रोटी आणि ही साय वरून थोडे मीठ घालून खाऊन तर बघा, छान-छान पक्वान्ने नांगी टाकतील! इथल्या ढाब्यावरचा एक किस्सा तुम्हाला सांगतो. मी ढाब्यावर बसलो असताना ढाबेवाला म्हणाला, 'आप कहाँ के रहने वाले हो? बंबई से लगते हो?' मी 'हो' म्हटल्यावर मला तो म्हणाला, 'आप नाशिक जाते हो क्या?' मी मान डोलावल्यावर तो बोलला 'गेहूँ के सीझन मे १ ट्रक प्याज ले के आओ, मैं एक ट्रक गेहूँ भर के देता हूँ।' मी नंतर दरवर्षी ठरवले, आपण १ ट्रक कांदे घेऊन जायचे व येताना १ ट्रक गहू आणायचे. पण तो योग अजूनही आलेला नाही.

इथे 'पनीर दालचा' नावाचा एक वेगळा प्रकार मला खायला मिळाला, तो त्यात अर्धवट शिजवलेली तुरीची डाळ वापरतात. आता अर्धवट म्हणजे डाळ पूर्णच शिजवतात पण फोडत नाहीत, त्यात बारीक कापलेले तेवढेच पनीर व या

दोघांना दिलेली लसूण आणि शहाजिऱ्याची फोडणी व वरून उदारहस्ते घातलेली साय. आणि गंमत म्हणजे हा भाजीचा प्रकार पोळी व भाताबरोबरही चालतो.

पनीर दालचा

साहित्य

थोडे कमी शिजलेले तुरीच्या डाळीचे वरण १ वाटी, बारीक कापलेले पनीरचे तुकडे अर्धी वाटी, जिरे १ चमचा, लसूण चार-पाच पाकळ्या, हिरवी मिरची १ चमचा, हळद चिमूटभर, लोणी आणि क्रीम २ चमचे.

कृती

पातेल्यात तेल घालून ते तापल्यावर त्यात जिरे फोडणीला टाकावे. लसूण, मिरची व जिरे घातल्यावर पनीरचे तुकडे परतवून नंतर चवीनुसार मीठ व नंतर वरण घालावे. फ्रेश क्रीम, कोथिंबीर घालून वाढावे.

पंजाब

पंजाबमध्ये मौर्य, युनानी, गुप्त यांसारख्या अनेक शक्तींचा उदय झाला व नंतर त्या संपुष्टात आल्या. इतिहासातील मधल्या काळात पंजाबमध्ये मुसलमानांचे राज्य होते. सर्वांत आधी गझनवी, घोरी, तुघलक, लोदी आणि मुघल वंशाने पंजाबवर राज्य केले. पंधराव्या आणि सोळाव्या शतकात पंजाबच्या इतिहासात एक वेगळे वळण आले. गुरू नानक यांच्या शिकवणीने, भक्ती आंदोलनाने जोर पकडला व शीख लोकांच्या धार्मिक व सामाजिक आंदोलनाला जन्म दिला. शिखांचे दहावे गुरू - गुरू गोविंद सिंह यांनी तेथे खालसा पंथाची स्थापना केली. इंग्रजांबरोबरच्या शिखांच्या दोन निष्फळ युद्धांनंतर १८४९ मध्ये पंजाब ब्रिटिशांच्या अधीन झाले.

भारत स्वतंत्र झाल्यावरही पंजाबमधील लोकांना फार कष्ट करावे लागले. कारण तेव्हा पंजाबचे दोन भागांत विभाजन झाले होते. पंजाब भारताच्या वायव्य भागात वसलेला आहे. त्याच्या पश्चिमेला पाकिस्तान, उत्तरेला जम्मू-काश्मीर, उत्तर-पूर्वेला हिमाचल प्रदेश आणि दक्षिणेला हरियाणा व राजस्थान आहे. पंजाबमध्ये शेती फार मोठ्या प्रमाणात केली जाते. भारतातील एकूण उत्पादनापैकी फक्त पंजाबमध्येच गहू २२ टक्के, तांदूळ १२ टक्के आणि कापूस १२ टक्के होतो. म्हणून पंजाबला भारताचे 'खाद्य भांडार' म्हणून ओळखतात. संपूर्ण विश्वभरातील उत्पादनांत पंजाबमध्ये १ टक्के तांदूळ, २ टक्के गहू आणि २ टक्के कापूस होतो. पंजाबला कृषी विस्तार सेवेसाठी सलग दहा वर्षे राष्ट्रीय उत्पादन पुरस्कार प्राप्त झालेला आहे. पंजाबमध्ये धान्याबरोबर दही, दूध यांचा उद्योगही फार मोठ्या प्रमाणात होतो. त्यामुळे त्यांच्या रोजच्या जेवणात दूध-दुभत्याचे पदार्थ नक्कीच पाहायला मिळतात.

पंजाबी भोजन हे संपूर्ण भारतात प्रसिद्ध आहे. शाकाहारी भोजनाव्यतिरिक्त येथील मांसाहारी पदार्थांची चव आपल्याला वेगळीच चाखायला मिळते. पंजाबमधले काही पदार्थ मला आवडणारे आहेत, जसे कढी-पकोडा. आम्ही काही वर्षांआधी लुधियानाला गेलो असताना लुधियानाच्या अलिकडे साधारण २० किलोमीटरवर रस्त्याच्या डावीकडे 'बावाजी का ढाबा' नावाची जागा आहे. त्या ढाब्याच्या एकूण ठेवणीवरून हा ढाबा बराच प्राचीन असा वाटला. जुनी कपाटे, मोठमोठे जुने पलंग, झुले इत्यादी गोष्टींचा समावेश तिथे होता. तिथली ताटेसुद्धा पितळी असून त्यावर कल्हई केली होती. पिण्याच्या पाण्याचे ग्लास मोठे, पण तांब्याचे. तेथील तंदूर किचनमध्ये नव्हता, तर समोर मैदानात, ढाब्याच्या मधोमध होता. याचे कारण नंतर समजले ते असे की, ढाब्यावर होणाऱ्या पोळ्या तर तिथे बनायच्याच पण याशिवाय तिथे 'सांजा चुल्हा' नावाचा एक प्रकार आहे. तो प्रकार म्हणजे वस्तीतल्या पाच-सहा जणांनी एकत्र जमून तंदूर पेटवणे व घरून भिजवून आणलेल्या कणकेच्या पोळ्या तेथे बनविणे. यामुळे इंधनाची बचत होते, कारण फक्त एका घरच्या पोळ्यांसाठी तंदूर पेटवणे, तसे परवडत नाही.

जुन्या काळी गाणी म्हणत, गप्पा-गोष्टी करत हा कार्यक्रम चालत असे. आता मात्र याची जागा इलेक्ट्रिक ओव्हन व आयपॉडने घेतली आहे. आता या ढाब्यावर आजूबाजूचे लोक नुसत्या पोळ्या खरेदी करायला येतात. मी या ढाब्यावर चार वेळा

जेवलो. अप्रतिम अशी दाल फ्राय त्यावर अमूल बटरचा गोळा, सोबतीला कडक अशी गव्हाची तंदुरी रोटी आणि टिपिकल ढाबा स्टाईल लोणचे. या लोणच्याची गंमत अशी की यात गाजरही दिसले, दांडीसकट अख्ख्या मिरच्या दिसल्या व वाटाणेही दिसले आणि एकूणच सर्वांचे रंगही फ्रेश. नंतर चौकशी केल्यावर असे कळले, की ढाब्यावर रोज जे सॅलेड कापले जाते, त्यातून उरलेल्या सॅलेडचे रात्री बारीक तुकडे करून त्यात व्हिनेगर व मीठ घालून ठेवायचे व दोन दिवसांनी ते तुकडे मूळ लोणच्यात घालायचे. हा कार्यक्रम बाराही महिने बिनबोभाट सुरू असतो. दाल फ्राय खाताना मी नेहमी एक काळजी घेतो की, दाल फ्राय मागविताना त्यात मिरची पावडर नको असे सांगतो. त्यामुळे माझ्यासाठी जी दाल फ्राय बनते ती 'स्पेशल' बनविली जाते. नाही तर मोठ्या हॉटेलमध्ये किंवा ढाब्यावर साधारण १५-२० प्लेट दाल फ्राय एकाच वेळी बनवून ठेवतात. एक प्लेट दाल फ्राय बनविण्यामध्ये वेगळी चव असते. त्यामुळे टीप म्हणून ही बाब लक्षात ठेवावी. इथलाच कढी पकोडा सुद्धा दहीवड्याच्या थोबाडीत मारेल असा असतो. इथे मी अजून एक प्रकार खाल्ला तो म्हणजे नुसते साधे वरण, त्यावर भरपूर लोणी आणि लालसर अशा तंदुरी पराठ्याबरोबर लोणचे-पापड. क्या बात है, लिहितानाच तोंडाला पाणी सुटतेय...

एक मात्र खरे, देश-विदेशातील खाण्याची मजा घ्यायची असेल तर रस्त्यामार्गेच प्रवास करावा. याचे दोन फायदे होतात. एकतर अस्सल प्रादेशिक जेवण आपल्याला मिळते आणि तिथली संस्कृती सुद्धा समजते. पुढे लुधियानाला गेल्यावर मला एक मिठाईवाला दिसला. त्याचे नाव दूधमिठाईवाला. त्याच्याकडे मला फ्लेवर्ड पनीर खायला मिळाले. यामध्ये वेलचीचा स्वाद असलेले पनीर अप्रतिमच. त्याचे तुकडे करून तुमच्यासमोर लोण्यामध्ये परतवून वर मधाची धार घालून द्यायचा. एक अप्रतिम आणि वेगळ्या मिठाईचा प्रकार मला खायला मिळाला. दुसरे पनीर होते आले-लसूण, हिरवी मिरची व कोथिंबिरीची चव असलेले. त्यानंतर नुसती काळी मिरी घातलेले पनीर सुद्धा तो आपल्या मताप्रमाणे स्लाईसेस कापून लोण्यावर परतून वरून चाट मसाला घालून द्यायचा. याच दुकानासमोरून पुढे गेले की, बब्बू कबाब कॉर्नर होते. यामध्ये तो वेगवेगळ्या प्रकारचे कबाब, पनीर टिक्के इत्यादी तर द्यायचाच, पण ज्याप्रमाणे आपण फ्लेवर्ड पनीर पाहिले, तसाच काहीसा प्रकार असलेले एक पनीर तो नुसता भाजून, सरसूचे तेल लावून द्यायचा.

या पनीरमध्ये हळद, तिखट, धणे-जिरे पावडर, आले-लसणाची पेस्ट, लाल रंग व मीठ घातलेले होते. थोडेफार पनीर टिक्क्याच्या जवळपास जाणारा हा प्रकार भरपूर कच्च्या सॅलडबरोबर थंडीत खायला मजा येते. सॅलड सुद्धा तो फ्रेश कापून द्यायचा. यामध्ये लांब चिरलेला कांदा, सिमला मिरची, टोमॅटो, गाजर, कोथिंबीर इत्यादीबरोबर भरपूर लिंबू व चाट मसाला मिसळून प्लेटभर सॅलड आणि पनीरचे गरमागरम भाजलेले तुकडे समोर आले की, काही विचारू नका. इथेच तो रुमाली रोटीसुद्धा देतो आणि इथली रुमाली रोटी एकदम पातळ, मऊसुत अशी. यामध्ये मी पनीर टिक्का टाकून रोल करायचो व भरपूर सॅलड आणि लेमोनेड बरोबर खायचो. त्या पोळीची गंमत अशी की, ती नुसती खायलाही छान लागते आणि पातळ तर इतकी असते की, त्यात पनीर टाकून रोल केले की, बाहेरून सुद्धा ते पनीर दिसते. मी आत जाऊन पोळीबद्दल चौकशी केली तर त्याने सांगितले, की रुमाली रोटीचे पीठ भिजवताना त्यामध्ये मिक्सरवर बारीक केलेले केळे, दूध, मैदा, तेल व मीठ घालून भिजवतात. त्यामुळे ही पोळी अगदी रुमालासारखी होते.

येथील तंदुरी चिकन सुद्धा खाण्यासारखे. हा प्रकार भाजायला रोज जवळपास ६०-७० किलो कोळसा लागतो. अमृतसरचे सुवर्ण मंदिर तर प्रसिद्ध आहेच, त्याचबरोबर इथे मिळणारा पसाद, कडा पसाद व लंगर हे तिन्ही प्रकार वेगळे. एक मात्र कबूल करावे लागेल ते हे की, जेव्हा आपण कुठल्याही तीर्थस्थानी जातो आणि तिथला जो जेवण स्वरूपातला प्रसाद असतो त्याची चव कुठल्याही अन्नाला येत नाही. जशी शेगावची झुणका भाकर, शिर्डीच्या साई मंदिरातले लाडू, तिरुपतीचे डाळीचे लाडू, आपल्या इथे धार्मिक ठिकाणी होणारा महाप्रसाद, ज्यामध्ये वरण, भात, भाजी, पोळी एवढे चारच प्रकार असतात. काही ठिकाणी मुळ्याची किंवा तत्सम कोशिंबीरसुद्धा असते. पण या जेवणात कांदा-लसूण नसूनही याला विलक्षण गोडी असते. सुवर्ण मंदिरातला लंगर हा प्रकार म्हणजे तर एकावेळी दोन ते तीन हजार लोक जेवायला बसणार. हा प्रसाद तुम्हाला चोवीस तास मिळू शकतो. यात दाल माखनी, रोटी, एखादी भाजी व भात एवढे साधेच अन्न... पण काय चव, इथे बसल्यावर तुम्हाला ताटात वाढत नाहीत. ती पोळी तुम्हाला हात समोर करून हातांवरच घ्यावी लागते. कडा प्रसाद घेताना सुद्धा तुम्हाला हात समोर करावा लागतो, त्यात एवढे तूप असते की, हात पुढे करून प्रसाद घेतल्यावर आपल्या हातातून तूप गळते!!

मलई कोफ्ता

साहित्य

उकडलेला बटाटा १ वाटी, किसलेले पनीर १ वाटी, आले-लसणाची पेस्ट २ चमचे, बारीक चिरलेली हिरवी मिरची २ चमचे, तळायला तेल, काजू, किसमिस चार-चार चमचे, खवा २ चमचे, कॉर्न स्टार्च २ ते ३ चमचे.

कृती

सर्वप्रथम पनीर व बटाटा हलक्या हाताने एकत्र करून घ्यावे. नंतर त्यात आले-लसणाची पेस्ट, हिरवी मिरची, कोथिंबीर, मीठ, लिंबू, साखर मिसळून घ्यावे. खव्यामध्ये काजू-किसमिस घालून छोट्या गोळ्या करून घ्याव्यात. यावर पनीर व बटाट्याचे सारण कॉर्न स्टार्चच्या साहाय्याने लावून मंद आचेवर डीप फ्राय करावे. वाढताना असे तयार कोफ्ते प्लेटमध्ये ठेवून तयार गरम व्हाईट ग्रेव्ही व फ्रेश क्रीम घालावे. बटर नानबरोबर हे वाढावे.

मटार पनीर

साहित्य

बेसिक ब्राऊन ग्रेव्ही २ वाट्या, मटार १ वाटी, दूध २ वाट्या, फ्रेश क्रीम २ चमचे, पनीर १ वाटी, मीठ, साखर चवीनुसार, कोथिंबिरीची पेस्ट अर्धी वाटी, दही २ चमचे.

कृती

प्रथम पनीरचे चौकोनी तुकडे करून बाजूला ठेवावे. फ्राय पॅनमध्ये ग्रेव्ही व दूध एकत्र करून उकळावे. उकळी फुटल्यावर त्यात पनीर, मटार, दोन चमचे दही, चवीनुसार मीठ, साखर घालून त्यात कोथिंबिरीची पेस्ट घालावी.

टीप

- पनीर नुसते घालण्याऐवजी थोडेसे तेलावर परतून किंवा डीप फ्राय करून घेतले तर वेगळी चव येईल.
- पनीरच्या ऐवजी टोफू (सोयाबिनच्या दुधापासून तयार झालेले पनीर) घेतले तरी चालू शकेल.
- कोथिंबिरीची पेस्ट शेवटी घातली तर पदार्थाची चव बदलेल.

• ग्रेव्ही जर तयार असेल तर ही भाजी चार ते पाच मिनिटांत तयार होईल.

या ग्रेव्हीची हीच गंमत असते की, ग्रेव्ही जर तयार असेल तर पाच ते दहा मिनिटांत तुम्ही कुठल्याही प्रकारची भाजी अगदी हॉटेलसारखी बनवू शकता, मग ती शाकाहारी असो की मांसाहारी असो.

पनीर बटर मसाला

लो कॅलरी बेसिक व्हाईट वापरून तयार केलेला पनीर बटर मसाल्यात आपण काजू, मगजचा वापर केलेला नाही. पण लोणी आणि तेल वापरलेले आहे. ते सुद्धा तुम्ही वगळू शकता किंवा त्याचप्रमाणे कमी करू शकता. पण एवढे मात्र खरे की काजू व मगज न वापरल्याने यात २०० ते २२५ कॅलरीचा फरक पडू शकतो.

साहित्य

आले-लसणाचे वाटण अर्धी वाटी, लो कॅलरी बेसिक व्हाईट अर्धी वाटी, धणे-जिरे पावडर १ चमचा, टोमॅटो प्युरी अर्धा किलो, कसुरी मेथी अर्धा चमचा, खडा मसाला पावडर अर्धा चमचा, हळद छोटा पाव चमचा, मीठ, साखर व तिखट चवीप्रमाणे, व्हिनेगर १ चमचा, तेल २ चमचे, तमालपत्र १-२, फ्रेश क्रीम १ चमचा, बटर १ चमचा, रंग आवश्यकतेनुसार.

कृती

पातेल्यात तेल घालून त्यात आले-लसणाचे वाटण घालावे. ते शिजल्यानंतर टोमॅटो प्युरी, खडा मसाला, तमालपत्र, व्हिनेगर घालून तेल सुटेपर्यंत परतावे. नंतर 'लो कॅलरी बेसिक व्हाईट' घालून चवीनुसार मीठ, साखर, हळद, तिखट, कसुरी मेथी व थोडेसे पाणी घालून गरम करावे. मिश्रणाला थोडे तेल सुटल्यावर आवडीप्रमाणे टोफू किंवा पनीर, फ्रेश क्रीम व कोथिंबीर घालून बटर नानबरोबर वाढावे.

टीप

• रंगाचा वापर जरूरी नाही, पण रंग टाकल्यास तो आकर्षक वाटत असल्यामुळे पदार्थ खाण्याची इच्छा निर्माण होते. कधीकधी टोमॅटोचा रंग इतका छान येतो, की कृत्रिम रंगाची गरजसुद्धा पडत नाही.

पनीर टिक्का

साहित्य

दह्याचा 'चक्का' २ वाट्या (दही कापडामध्ये बांधून त्याचे पाणी काढून घेणे याला चक्का म्हणतात), मिरची, कोथिंबीर, आले व हिरवा लसूण (बारीक वाटलेला) १ वाटी, धणे पावडर २ चमचे, जिरे पावडर २ चमचे, कसुरी मेथी २ चमचे, मीठ चवीपुरते, सरसूचे तेल २ चमचे, पनीर.

कृती

सर्व जिन्नस चक्क्यामध्ये मिसळून एकजीव करावेत. अशा तयार झालेल्या मसाल्यामध्ये पनीरचे तुकडे घालून त्याबरोबर छोटे-छोटे कांदे, टोमॅटो, सिमला मिरचीसुद्धा घालावी. सळईत क्रमाने पनीर, कांदा, टोमॅटो, सिमला मिरची असे लावून तंदूरवर किंवा ग्रीलवर मंद आचेवर शेकावेत. वरून व्हिनेगर शिंपडावे. चाट मसाला घालावा.

अशा प्रकारचे तयार मसाले तुम्ही फ्रीजमध्ये पाच-सहा दिवस ठेवू शकता. पनीर व चिकनप्रमाणेच इतर पदार्थांना लावून ओव्हनमध्ये किंवा तंदूरमध्ये बेक करू शकता. उदाहरणार्थ - मासे, टोफू, फ्लॉवर इत्यादी.

नवरतन कुर्मा

साहित्य

बेसिक व्हाईट २ वाट्या, खवा अर्धी वाटी, वेलची पावडर पाव चमचा, बारीक चिरलेल्या भाज्या २ वाट्या (गाजर, मटार, बटाटे, फ्लॉवर, पनीर या सर्व भाज्या वाफवून घ्याव्यात.) काजू, किसमिस, लोणी २ चमचे, मीठ, साखर, दही, सायट्रिक ॲसिड चवीनुसार, दूध १ वाटी, अननसाचे काप १ वाटी, फ्रेश क्रीम १/२ वाटी.

कृती

फ्राय पॅनमध्ये लोणी घेऊन त्यात बेसिक व्हाईट, दही, वेलची पावडर, खवा इत्यादी घालून, थोडे दूध घालून उकळू द्यावे. मिश्रणाला तूप सुटल्यावर वाफवलेल्या भाज्या घालाव्यात. त्यानंतर चवीनुसार मीठ, साखर घालून वरून काजू किसमिस, अननसाचे काप, फ्रेश क्रीम, लोणी घालून बटर नानबरोबर खायला द्यावे.

खडा पालक पनीर

साहित्य

बारीक चिरलेला लसूण १ चमचा, बारीक लांब चिरलेला पालक २०० ग्रॅम, जिरे अर्धा चमचा, लांब चिरलेला कांदा एक, पनीर चौकोनी एक वाटी, टोमॅटो मोठ्या तुकड्यांमध्ये एक, मीठ, साखर, चवीनुसार चिरलेली हिरवी मिरची, आवश्यकतेनुसार लिंबाचा रस एक चमचा, तेल दोन चमचे.

कृती

फ्राय पॅनमध्ये प्रथम तेल घेऊन जिरे तडतडल्यावर हिरवी मिरची, लसूण, कांदा क्रमाक्रमाने घालून नंतर पनीर घालावे. तांबूस परतावे. सर्वांत शेवटी लांब चिरलेला पालक व मीठ चवीप्रमाणे घालून वाढावे. बनवायला अतिशय सोपा असा हा प्रकार आहे.

टीप

- पालकाची पाने बारीक व लांब कापण्याकरिता प्रथम पालकाची पाने तोडून, धुवून एकावर एक रचून ठेवावी. नंतर त्याची गुंडाळी करून गुंडाळीच्या एका बाजूने स्लाइसेस कापतो, तशीच कापावीत.

पंजाबी पालक मुर्ग

साहित्य

चिकन अर्धा किलो, पालक १ जुडी, कांदे २ नग, आले-लसूण पेस्ट १ चमचा, टोमॅटो २-३ नग, गरम मसाला २ चमचे, जिरे पावडर १ चमचा, हळद १ चमचा, हिरव्या मिरच्या, मीठ चवीनुसार, तेल, क्रीम किंवा दुधाची साय.

कृती

आलेलसूण, मिरच्या, कांदे एकत्र वाटून घ्यावे. पालक निवडून स्वच्छ धुवून घ्यावा. नंतर बारीक चिरावा. एका भांड्यात तेल घेऊन त्यात कांद्याची पेस्ट गुलाबी रंगावर परतून घ्यावा. चिरलेला पालक घालावा. झाकण ठेवून दोन मिनिटे शिजू द्यावे. नंतर गरम मसाला घालून त्यावर चिकनचे तुकडे घालावे. थोडे पाणी घालून झाकण ठेवून शिजू द्यावे. मंद आचेवर चिकन कोरडे होईपर्यंत शिजवावे. वाढताना त्यावर क्रीम घालून वाढावे.

कढई चिकन

साहित्य

बोनलेस चिकनचे लहान तुकडे अर्धा किलो, आले-लसूण पेस्ट ४ चमचे, हळद १ चमचा, धणे-जिरे पावडर १-१ चमचा, घट्ट दही अर्धी वाटी, मीठ, तिखट चवीप्रमाणे, मैदा १ चमचा, तळण्यासाठी तुकड्यांमध्ये कापलेले टोमॅटो, कांदे, सिमला मिरची १ वाटी.

कृती

चिकनच्या तुकड्यांमध्ये आले, लसूण पेस्ट, दही व सर्व मसाले घालून आवश्यक असल्यास रंग टाकावा. शेवटी थोडे कॉर्न स्टार्च व मैदा घालून पकोडे तळून घ्यावे. भाजी करताना फ्राय पॅनवर थोडेसे तेल घेऊन, तेल चांगले गरम झाल्यावर, त्यावर जिरे व सर्व भाज्या, नंतर चिकनचे तळलेले तुकडे घालावे. ही प्रक्रिया मोठ्या गॅसवरच करावी. म्हणजेच तुमचा फ्राय पॅन चांगला गरम करून मगच करावी. असे करताना तेलावर भाज्या घातल्याबरोबर त्यावर जाळ तयार होतो व त्याला एक प्रकारचा खरपूस धुरकट स्वाद येतो. शेवटी २ ते ३ वाट्या ब्राऊन ग्रेव्ही घालावी. वाटल्यास थोडेसे पाणी घालून मिसळून घ्यावी. गरम झाल्यावर वरून थोडा गरम मसाला घालून, कोथिंबीर घालून गरमागरमच तंदुरी रोटीबरोबर वाढावी.

टीप

- या भाजीबरोबर टोमॅटो, कांदा, लिंबू, भाजलेला पापड दिला तर वेगळीच मजा येईल.
- ही भाजी वेळेवर बनवूनच वाढावी. कारण खूप आधी करून ठेवल्यास चिकन व ग्रेव्ही जास्त एकजीव होतात. वाटल्यास कोबीचे पकोडे व ग्रेव्ही अगोदरच बनवून ठेवावी.
- चिकन तळण्याऐवजी भाजून/रोस्ट सुद्धा करून घेऊ शकतो.

बटर चिकन

साहित्य

बेसिक रेड ग्रेव्ही २ वाट्या, बटर २ चमचे, फ्रेश क्रीम २ चमचे, साफ केलेले १ किलो चिकन, आंबट चक्का किंवा घट्ट दही एक वाटी, हळद छोटा अर्धा चमचा, धणे-जिरे पूड २ चमचे, कसुरी मेथी २ चमचे, आले-लसूण वाटण ४ चमचे, मीठ, तिखट, साखर चवीनुसार, मैदा भाजलेला छोटा एक ते दीड चमचा, लाल व केशरी रंग छोटा पाव चमचा.

कृती

दह्यामध्ये धणे-जिरे पूड, हळद, तिखट, आले-लसूण पेस्ट, चवीनुसार मीठ, कसुरी मेथी, लाल व केशरी रंग, एक चमचा व्हिनेगर, भाजलेला मैदा इ. घालून हे मिश्रण चिकनला आतून-बाहेरून चांगले चोळून दीड ते दोन तास झाकून ठेवावे. यानंतर चिकनला जर तंदूरमध्ये भाजायचे असेल तर एका सळईला ते लावून मंद आचेवर भाजून घ्यावे, मध्ये-मध्ये तेल लावावे. असे भाजलेले चिकन बाहेर काढून त्याचे मनाप्रमाणे तुकडे करून घ्यावेत. एका पातेल्यात दोन वाट्या ग्रेव्ही घालून त्यात बटर घालावे. थोडे पाणी घालून उकळावे. नंतर त्यात चिकनचे तुकडे घालून मंद आचेवर ते चार ते पाच मिनिटे शिजवावे. अशा तयार झालेल्या चिकनवर फ्रेश क्रीम घालून बटर नानबरोबर वाढावे.

चिकन बगदादी

साहित्य

साफ केलेले १ किलो चिकन, आले, लसूण, हिरवी मिरची, कोथिंबिरीचे वाटण अर्धी वाटी, खवा १ वाटी, मीठ चवीनुसार, लिंबाचा रस, काजू ३ चमचे, बदाम काप २ चमचे, किसमीस ५ चमचे, व्हाईट ग्रेव्ही २ वाट्या, काळी मिरी छोटा पाव चमचा, अक्रोड, चांदी वर्ख, फ्रेश क्रीम गरजेनुसार.

कृती

मीठ व लिंबू चोळून चिकन अर्धा तास तसेच ठेवावे. खव्यामध्ये आले- लसणाचे वाटण, काजू, किसमिस, अक्रोड, कसुरी मेथी व उरलेला लिंबाचा रस तसेच चवीला मीठ घालून हे मिश्रण चिकनमध्ये भरावे, दोऱ्याने बांधावे. असे हे चिकन ग्रिलरवर किंवा तंदूरवर खरपूस भाजून घ्यावे. वाढताना चिकनचे दोन ते तीन तुकडे करून वरून चांदी वर्ख लावावा. त्यावर व्हाईट ग्रेव्ही, फ्रेश क्रीम, बदाम काप व लांब तळलेले कांदे, कोथिंबीर घालून वाढावे. हे चिकन कंधारी नान अथवा रोल पराठा याबरोबर उत्कृष्ट लागते.

टीप

- व्हाईट ग्रेव्हीबरोबरच्या भाज्या बनवताना त्याबरोबर एखादी तिखट भाजी असावी. तरच तो मेळ सुरेख वाटतो.

राजस्थान

भारतात क्षेत्रफळाच्या दृष्टीने पहिला क्रमांक असणारे हे राज्य वाळवंटी प्रदेश म्हणून ओळखले जाते. पण लोकसंख्येच्या दृष्टीने मात्र या राज्याचा देशात आठवा क्रमांक लागतो. 'जयपूर' ही या राज्याची राजधानी आहे. जयपूर या शहराला 'पिंक सिटी' या नावाने सुद्धा ओळखतात. अरवली पर्वतरांगेत सवाई जयसिंग दुसरा यांनी १७२७ मध्ये हे शहर वसवले. या 'पिंक सिटी' मध्ये अनेक प्रसिद्ध स्थळे आहेत, उदाहरणार्थ, सिटी पॅलेस, हवामहल, जंतर मंतर, डॉल म्युझियम व सेंट्रल म्युझियम आणि भव्य व देखणा अजमेर किल्ला.

राजस्थान

भारतात क्षेत्रफळाच्या दृष्टीने पहिला क्रमांक असणारे हे राज्य वाळवंटी प्रदेश म्हणून ओळखले जाते. पण लोकसंख्येच्या दृष्टीने मात्र या राज्याचा देशात आठवा क्रमांक लागतो. 'जयपूर' ही या राज्याची राजधानी आहे. जयपूर या शहराला 'पिंक सिटी' या नावाने सुद्धा ओळखतात. अरवली पर्वतरांगेत सवाई जयसिंग दुसरा यांनी १७२७ मध्ये हे शहर वसवले. या 'पिंक सिटी' मध्ये अनेक प्रसिद्ध स्थळे आहेत, उदाहरणार्थ, सिटी पॅलेस, हवामहल, जंतर मंतर, डॉल म्युझियम व सेंट्रल म्युझियम आणि भव्य व देखणा अजमेर किल्ला.

जयपूरला 'पिंक सिटी' या नावाने ओळखण्यामागे एक कारण आहे; ते म्हणजे इथे असलेल्या घरांवर गुलाबी रंगाची छटा असते. त्या मागचे कारण असे की, जेव्हा हे लोक घराला प्लास्टर करायचे तेव्हा ते त्यात उरलेल्या विटांचा चुरा टाकायचे त्यामुळे त्याला गुलाबी छटा यायची. काही लोकांना वाटते की, इथल्या थंडीमुळे या शहराला 'गुलाबी शहर' असे म्हणतात. पण ती वस्तुस्थिती नाही. इथले जे जुने राजवाडे आहेत, ते आता स्टार हॉटेलमध्ये रूपांतरित झाले आहेत. त्यामुळे इथले जेवणही राजेशाही पद्धतीचे असते.

राजस्थानातील दाल बाटी, दाल बाफले तर प्रसिद्ध आहेतच. याशिवाय इथल्या मिठायाही बऱ्याच प्रसिद्ध आहेत. आज आपण इथला 'चटपटे गट्टे' नावाचा प्रकार पाहूया. हे चटपटे गट्टे मी जयपूरला चोखी-ढाणी येथे असताना खाल्ले. चोखी-ढाणी म्हणजे एक अफलातून प्रकार आहे. जयपूरला गेलात तर चोखी-ढाणीला गेल्याशिवाय येऊ नका. चोखी-ढाणीला गेले की तिथे तुम्हाला राजस्थानी संस्कृतीचे संपूर्ण दर्शन होईल. तिथे गेल्यावर तुमचा वेळ कसा जातो हेच लक्षात येत नाही. छोटासा आठवड्याचा बाजार, तेथील नृत्य, नाट्य, तिथली लोककला याचा आस्वाद घेतल्यानंतर रात्री आठ नंतर येथे जेवण सुरू होते. जेवणात गट्टे का साग, एखादी पनीरची भाजी, बाजरीची भाकरी आणि राजस्थानी पद्धतीच्या इतर दोन-तीन भाज्या असतात. एक गोडाचा प्रकार असतो आणि हे सगळे पंगतीमध्ये बसून मनसोक्त जेवायचे असते. इथे रोज वेगवेगळा मेनू असतो.

संपूर्ण राजस्थानच विविध खाद्यपदार्थांसाठी प्रसिद्ध असले तरी तिथल्या विविध शहरांमधले काही खाऊंचे खास अड्डे प्रसिद्ध आहेत. अजमेर हे शहर राजस्थान सीमेंतर्गत येत असून हे शहर पृथ्वीराज चौहानची राजधानी म्हणून प्रसिद्ध आहे. अजमेरला ख्वाजा मोईनोद्दीन चिस्ती यांचा दर्गा आहे. त्या दर्ग्याच्या आसपासचा बिर्याणीचा सुगंध अजूनही माझ्या मनाला भुरळ घालतो. जैसलमेर हे या प्रदेशातील वाळवंटाने वेढलेले प्राचीन व ऐतिहासिक शहर पर्यटनातील आकर्षण केंद्र आहे. जैसलमेरच्या वाळवंटामध्ये एक प्रकार आम्ही अनुभवला तो असा की, वाळवंटातील कुठला तरी भाग तुम्ही निवडायचा व ते त्या माणसाला सांगायचे, तुमचे किती लोक हेही सांगायचे व तुम्हाला आवडणारा राजस्थानी मेनू सांगायचा. मेनूमध्ये दाल बाफले, दाल बाटी, मुगाच्या डाळीचा साजूक तुपातला शिरा इत्यादी प्रकार ते तुमच्यासमोर वाळवंटात बनवून देतात. थंडीच्या दिवसात तर याची

मजा काही औरच! चंद्राचे टिपूर चांदणे, गुलाबी थंडी, क्षितिजापर्यंत पसरलेले वाळवंट, सेवेत असणारे राजस्थानी लोक, आजूबाजूला बसलेला उंटांचा कळप, तुमच्यासाठी टाकलेल्या खाटा, पेटवलेली शेकोटी व त्याबरोबर दाल बाफल्यांची मजा व त्यावर साजूक तूप. त्याचबरोबर श्रवणीय असे राजस्थानी लोकसंगीत व उंटाची फेरी... यामुळे तेथून येऊच नये, असे वाटते. पण मी तेथून परत आलो नसतो तर तुम्हाला या गोष्टी कोणी सांगितल्या असत्या? हा तर झाला गमतीचा भाग. पण जैसलमेरमध्ये ताजिया टॉवरजवळ मिळणारे मुर्ग कबाब खायला विसरू नका.

त्यानंतर नाथद्वारला जा. तिथे श्रीनाथजींचे (श्रीकृष्णाचे) भव्य मंदिर आहे. या भागाला 'मंदिराची नगरी' असेच म्हणता येईल. आपल्या इथे जे श्रीनाथ पावभाजीवाले आहेत ते सर्व या भागातले. तिथे एक वेगळ्या प्रकारचा प्रसाद मिळतो. तो मिळविण्यासाठी लोक मोठ्या-मोठ्या रांगा लावून उभे असतात. उत्तर भारतातील सर्वांत श्रीमंत मंदिर. येथील खासियत अशी की, हे मंदिर दहा-दहा मिनिटांनी बंद होते. या दहा मिनिटांत ते श्रीनाथजींचे कपडे बदलतात. झालरा पाटण इथे सूर्यमंदिर आहे. इथली मंदिरे घंट्यांसाठी फार प्रसिद्ध आहेत. चंद्रमोळेश्वर महादेव मंदिरात मिळणारा बाटीच्या लाडवाचा प्रसादाचा स्वाद घ्यायला तरी या मंदिरात जावे.

मी जैसलमेरला जात असताना, जसे आपल्या इथे रस्त्याच्या कडेला ढाबे असतात तशा एका ढाब्यावर थांबलो. तेथे राजस्थानातील मला आवडणारा एक अफलातून प्रकार मिळतो. तो म्हणजे कांजी वडा. गंमत अशी की हा खाण्याचा प्रकार दोन-तीन दिवस राहतो. आणि जेवढा शिळा तेवढा छान लागतो.

नंतर आम्ही गेलो बिकानेरला. बिकानेरचे पापड तर प्रसिद्ध आहेतच. पण इथले फरसाणही फार प्रसिद्ध आहे. येथून पाकिस्तानची सीमा जवळच आहे. इथे आम्ही एका दुकानात पापड घ्यायला गेलो तेव्हा बाजूच्या दुकानातून केशराचा मंद गोडसर वास येत होता. उत्सुकतेपोटी जाऊन पाहिले की हा प्रकार काय? तर वाटीपेक्षा थोडा मोठा आकार असलेल्या जाळीदार पुऱ्या, ज्याला 'घेवर' असे म्हणतात, त्या नजरेस पडल्या. नाजूक हाताने साधारण वाटीच्या आकाराचे घेवर एक मनुष्य काढत होता. दुसरा ते अलगद हाताने केशराच्या पाकात बुडवून प्लेटमध्ये ठेवत होता. खायला देताना मात्र घेवर एका प्लेटमध्ये घेऊन त्याच्या खोलगट भागात सढळ हाताने रबडी घालून शिवाय त्याने वर सायीचा फेरा घातला. एवढे कमी होते

असे वाटत असावे म्हणून त्याने वरून बदाम-पिस्त्याचे काप व घट्ट केशराचे पाणी शिंपडले आणि हसतमुखाने ती प्लेट पुढे केली. दुकानाचे नाव वाचले, 'महावीर मिठाई मंदिर'. हा भाग बिकानेरच्या गोलबाजार परिसरात येतो.

बिकानेर जिल्ह्यातील कोलायात नावाच्या गावात सुंदर मंदिरांचा घाट आहे, तेथील पुजारी तुम्हाला हवे तसे घरगुती जेवण बनवून देतात. त्यानंतर माऊंट अबू, उदयपूर, जोधपूर इत्यादी ठिकाणी गेलो. खाण्याच्या बाबतीत जवळपास असाच प्रकार होता. पण सगळीकडे पंजाबी जेवणही सोईस्कररीत्या उपलब्ध होते. राजस्थानात प्रेक्षणीय स्थळांबरोबर मारवाडी संस्कृती असल्यामुळे श्रीमंत अशी खाण्याची संस्कृती तयार झाली आहे. त्यातले काही पदार्थ आपण पाहू या.

चटपटे गट्टे

साहित्य

बेसन २ कप, लाल मिरची १ छोटा चमचा, गरम मसाला अर्धा छोटा चमचा, मीठ अर्धा चमचा, धणे पावडर १ छोटा चमचा, बारीक चिरलेली हिरवी मिरची २ नग, बारीक चिरलेली कोथिंबीर, हळद छोटा अर्धा चमचा, मोठे कांदे लांब बारीक चिरलेले १ नग, तेल ३ चमचे, हिंग चिमूटभर, जिरे १ छोटा चमचा.

कृती

बेसनामध्ये लाल मिरची, गरम मसाला, मीठ, धणे पावडर, हिंग टाकून एकत्र मिसळून घ्यावे. त्यात एक चमचा तेल सुद्धा घालावे व ते मिश्रण चांगल्या प्रकारे मिसळवावे. नंतर पाण्याचा शिपका मारून चांगल्या प्रकारे मळून घ्यावे.

भिजवलेल्या बेसनाचे गोळे तोडून त्याचे लांब रोल तयार करावे. आवश्यक एवढे पाणी उकळून त्यात ते तयार केलेले बेसनाचे रोल घालावे. रोल उकळलेल्या पाण्याच्या वर आले की ते खाली उतरवून ठेवावेत. रोल चाकूने गट्ट्याच्या स्वरूपात कापून घ्यावे. नंतर एका पातेल्यात तेल गरम करून त्यात जिरे, बारीक चिरलेले कांदे, हिरवी मिरची घालून मिश्रण तपकिरी होईस्तोवर परतावे. मिश्रण तपकिरी झाल्यावर त्यात तयार केलेले गट्टे घालून २ मिनिटे पातेल्यात शिजवावे. वरून कोथिंबीर घालून नाश्त्याला गरम गरम वाढावे.

गट्टेवाले चावल

साहित्य

तांदळाचा भात तीन कप, बेसनाचे गट्टे दीड कप, जिरे १ चमचा, मीठ चवीनुसार, तेल २ चमचे.

गट्ट्याकरिता

बेसन दीड वाटी, हिंग छोटा पाव चमचा, मीठ, हळद, तिखट चवीनुसार, जाडसर दळलेले धणे, जिरे पावडर अर्धा-अर्धा चमचा.

कृती

गट्ट्याकरिता : बेसनामध्ये सर्व साहित्य घालून थोडेसे पाणी घालून त्याचे लांबट गोळे तयार करावे. एका भांड्यात पाणी गरम करून तयार केलेले हे बेसनाचे गोळे आठ ते दहा मिनिटे उकळवून थंड झाल्यावर चाकूने छोट्या आकारात कापून घ्यावे.

चावलकरिता : एका मोठ्या पॅनमध्ये तेल गरम करून जिरे घालावे. नंतर त्यात तयार भात, मीठ, बेसनाचे गट्टे घालावे. हलक्या हाताने मिसळून पाण्याचा हबका मारून मंद आचेवर झाकून ८-१० मिनिटे ठेवावे. गॅस बंद केल्यावर पाच मिनिटे तसेच ठेवावे. नंतर राजमा किंवा कढीबरोबर गरम-गरम वाढावे. याबरोबर खाण्यासाठी बिना कांद्याची टोमॅटो प्युरी घातलेला राजमा करतात.

राजमा

साहित्य

रात्रभर भिजवलेला राजमा २ वाट्या, टोमॅटो प्युरी १ वाटी, बारीक चिरलेला लसूण २ चमचे, बारीक चिरलेले आले २ चमचे, तिखट १ चमचा, जायपत्री पावडर पाव चमचा, कसुरी मेथी पाव चमचा, साजूक तूप अर्धी वाटी, शहाजिरे अर्धा चमचा.

कृती

तुपात जिरे फोडणीला घालून त्यात बारीक चिरलेला लसूण, आले चांगले परतून त्यात टोमॅटो प्युरी, तिखट घालून तूप सुटेस्तोवर परतावे. त्यात राजमा वेगळा शिजवून घालावा. चवीनुसार मीठ, कसुरी मेथी घालून खायला द्यावे.

टीप

- याच प्रकारे बनवलेले छोले सुद्धा खूप छान लागतात.

पंचमेली दाल

साहित्य

चण्याची डाळ अर्धा कप, मसूरची डाळ अर्धा कप, धुतलेली उडदाची डाळ पाव कप, तुरीची डाळ पाव कप, धुतलेली मुगाची डाळ पाव कप, मीठ दीड चमचा, हळद १ चमचा, मिरची पावडर १ चमचा, जिरे १ चमचा, तेल २ चमचे, बारीक चिरलेले आले १ चमचा, बारीक चिरलेले टोमॅटो १ कप, बारीक चिरलेली कोथिंबीर १ चमचा.

कृती

डाळ चांगली धुवून कुकरमध्ये मीठ, हळद, लाल मिरची व पाच कप पाणी घालून ५-६ शिट्ट्या होईपर्यंत शिजू द्यावी. कुकर उतरवल्यावर वाफ निघू द्यावी. नंतर एका फ्राय पॅनमधे तेल गरम करून जिरे, आले घालून गुलाबी होईपर्यंत परतावे. त्यानंतर टोमॅटो टाकून २ मिनिटे पुन्हा गरम करावे व वरून कोथिंबीर घालावी. तयार केलेला मसाला शिजलेल्या डाळीत घालून थोडा वेळ मंद आचेवर शिजू द्यावे. एक उकळी आल्यावर खाली उतरवून गरम गरम बाटीबरोबर खायला द्यावी.

टीप

- तेलाच्या ऐवजी तूपही घेऊ शकता.

मखाणा पंजिरी

साहित्य

मखाणे १०० ग्रॅम, खवा अर्धा कप, दळलेली साखर पाऊण कप, तेल आवश्यकतेनुसार, वेलची पावडर चिमूटभर.

कृती

तेल गरम करून, मखाणे हलके सोनेरी फ्राय करून कागदावर काढून ठेवावे. नंतर मखाणे हातांनी कुस्करून दरदरे करून घ्यावे. त्यात खवा व दळलेली साखर मिसळवावी. शेवटी वेलची पावडर घालून खायला द्यावे.

टिंडे राजपुताना

साहित्य

लहान टिंडे १०-१२, उकडलेले बटाटे १ कप, कापलेला कांदा १ नग, कापलेले टोमॅटो अर्धा कप, जिरे १ चमचा, मीठ चवीनुसार, लाल मिरची २ चमचे, बारीक चिरलेली कोथिंबीर २ चमचे, पनीर १०० ग्रॅम, तेल २-३ चमचे.

कृती

टिंडे धुवून वरून थोडे-थोडे सोलून घ्यावे. नंतर चाकू किंवा चमच्याने टिंड्याच्या आतील भाग काढून पोकळ करावे. टिंड्याच्या आतला काढलेला भाग किसून घ्यावा. तेल गरम करून टिंडे तळून काढावे. नंतर थोड्या तेलात जिरे परतून, कांदा घालून तपकिरी होईस्तोवर परतावे. नंतर कुस्करलेले बटाटे, टोमॅटो, मीठ, लाल मिरची, कोथिंबीर, पनीर व टिंड्याच्या आतील भाग घालून ४-५ मिनिटे शिजू द्यावे. हे मिश्रण पोकळ टिंड्यांमध्ये भरून डिशमध्ये सजवून ठेवावे. वरून थोडी कोथिंबीर घालून वाढावे.

कैर-सैंगरी की सब्जी

साहित्य

कैर १०० ग्रॅम, कापलेली सैंगरी २०० ग्रॅम, लाल मिरची दीड चमचा, मीठ चवीनुसार, हळद अर्धा चमचा, धणे पावडर १ चमचा, जिरे अर्धा चमचा, बारीक चिरलेले टोमॅटो १ कप, तेल ३ चमचे.

कृती

एका भांड्यात तेल गरम करून जिरे घालावे. नंतर कैर, सैंगरी, लाल मिरची, मीठ, हळद व धणे पावडर घालावे. हे मिश्रण २ मिनिटे शिजू द्यावे. भांडे झाकून ठेवावे व वरून थोडे पाणी टाकावे. ८-१० मिनिटांनी टोमॅटो घालून मंद आचेवर ३-४ मिनिटे शिजवून भांडे खाली उतरवावे.

मावे की कचोरी

साहित्य

मैदा १ कप, मोहनासाठी तूप पाऊण कप, मावा (खवा) ४५० ग्रॅम, चारोळी १ चमचा, वेलची अर्धा चमचा, किसमिस १ चमचा, तळायला तेल.

कृती

मैद्यामध्ये गरम तूप घालून दोन्ही हातांनी चांगले मळून एकत्र करावे. नंतर थोड्या गरम पाण्याचे शिपके मारून मैद्याचे पीठ पुन्हा मळून घ्यावे. मळून ठेवलेल्या मैद्याचे छोटे-छोटे गोळे तोडून त्याच्या पुऱ्या लाटून घ्याव्या व त्या बाजूला ठेवाव्या. खव्यात चारोळी, वेलची, किसमिस मिसळवावे. सर्व पुऱ्यांमध्ये हे मिश्रण भरून वरून त्या बंद कराव्यात. त्यांना कचोरीसारखा आकार द्यावा. तेल चांगले गरम झाल्यावर गॅसची फ्लेम थोडी कमी करावी व सर्व कचोऱ्या चांगल्या प्रकारे तळून घ्याव्या व गरम गरम खायला द्याव्यात.

कांजी वडे

साहित्य

पाणी ८ कप, मीठ ४ चमचे, मोहरी डाळ १ चमचा.

वड्यासाठी साहित्य

धुतलेल्या मुगाची डाळ १ कप, धणे पावडर १ छोटा चमचा, लाल मिरची १ छोटा चमचा, मीठ १ चमचा, बारीक चिरलेली कोथिंबीर १ चमचा, बारीक चिरलेले आले १ चमचा, खाण्याचा सोडा चिमूटभर, तेल तळायला (आवश्यकतेनुसार).

कृती

मातीच्या एका भांड्यामध्ये पाणी, मीठ, लाल मिरची व मोहरी डाळ घालून चांगल्या प्रकारे मिसळून घ्यावे. मूग डाळ चार तास भिजत ठेवून नंतर ती दळून तिचे पीठ तयार करावे. दळलेल्या पिठात धणे पावडर, लाल व हिरवी मिरची, मीठ, कोथिंबीर, आले, सोडा घालून १ मिनिट फेटावे. तेल गरम करून त्यात डाळीचे गोल गोल वडे सोनेरी रंगावर तळून घ्यावे. नंतर ते वडे मोहरीच्या पाण्यात घालून उबदार जागेवर झाकून ठेवावेत. दोन-तीन दिवसांनी आंबट झाल्यावर ते उपयोगात आणावे.

खस्ता बाटी

साहित्य

गव्हाचे पीठ (कणिक, ३५० ग्रॅम, बेसन (आवश्यक असल्यास) ५० ग्रॅम, तूप २ कप, ओवा अर्धा चमचा, मीठ चवीनुसार.

कृती

सर्वप्रथम कणकेत बेसन, मीठ, ओवा मिसळवावे. नंतर मोहनसाठी तूप टाकून मिश्रण चांगल्या प्रकारे मळून घ्यावे. मळलेल्या कणकीचे आठ-दहा गोळे तोडून गोल चपट्या आकाराची बाटी बनवून घ्यावी. या बाट्या ओव्हनमध्ये मंद आचेवर १५० डिग्रीवर अर्धा तास शेकाव्यात. (किंवा जुन्या रिकाम्या कुकरमध्ये रेती घालून त्यात सुद्धा बेक करू शकतो). थोड्या-थोड्या वेळाने दोन्ही बाजूंनी फिरवाव्या. बाटीला मध्ये जेव्हा भेगा पडायला लागतील तेव्हा त्या शिजल्या किंवा बेक झाल्या असे समजावे. तयार झालेल्या बाट्या तुपात बुडवून गरम-गरम डाळीबरोबर किंवा गुळाबरोबर खायला द्याव्यात.

तळण्यासाठी टीप

- आजकाल कित्येक ठिकाणी तळण्याच्या आधी तेलात फ्राय पावडर नावाचा प्रकार टाकतात. तो बाजारात मिळतो. त्याने तेल किंवा तूप हलके होऊन ज्यावेळी पदार्थ तेलातून वर येतो, तेव्हा तो कमी प्रमाणात तेल घेतो व पदार्थाचे आवरणही त्यामुळे खुसखुशीत होते.

गुजरात

गुजरात या राज्याचा इतिहास जवळपास २००० वर्षे जुना आहे. असे मानले जाते की, भगवान श्रीकृष्ण मथुरा नगरी सोडून सौराष्ट्राच्या पश्चिमी किनाऱ्यावर येऊन वसले. त्यामुळे त्याला 'द्वारका' म्हणजेच प्रवेशद्वार या नावाने ओळखले जाऊ लागले. नंतरच्या काळात मौर्य, गुप्त, प्रतिहार व अनेक राजवंशांनी तिथे आपली सत्ता स्थापित केली. चालुक्य राजाचा काळ हा गुजरातचा भरभराटीचा काळ म्हणून ओळखला जातो. त्या काळात गुजरात राज्याला फार मोठी प्रसिद्धी मिळाली. या गौरवपूर्ण काळानंतर गुजरात राज्याला मुसलमान, मराठा आणि ब्रिटिश यांच्या शासन काळात फार वाईट दिवस पाहावे लागले. स्वातंत्र्यपूर्व काळात गुजरात मुख्यतः दोन भागात विभागलेला होता. एक म्हणजे ब्रिटिश क्षेत्र आणि दुसरा म्हणजे देशी रियासत. १९६० रोजी गुजरात राज्याची स्वतंत्र रूपाने स्थापना करण्यात आली.

गुजरात हे राज्य भारताच्या पश्चिमी किनाऱ्यावर स्थित आहे. याच्या पश्चिमेस अरबी समुद्र, उत्तरेस पाकिस्तान, उत्तरपूर्वेस राजस्थान, दक्षिण-पूर्वेस मध्य प्रदेश आणि दक्षिणेस महाराष्ट्र राज्य आहे.

गुजराती मंडळी खाण्यापिण्याच्या बाबतीत अतिशय शौकीन. त्यात राजस्थान जवळ असल्यामुळे संस्कृती जवळपास सारखीच. गुजरात येथील जैन मंदिरे फार प्रसिद्ध आहेत. इथल्या प्रत्येक गावाचे आपले एक वेगळे महत्त्व आहे. जसे अलंग हे समुद्रकिनारी वसलेले गाव. तिथली भौगोलिक परिस्थिती अशी की, जहाज पूर्ण किनाऱ्यावर येते, त्यामुळे निकामी जहाजांची विल्हेवाट लावण्याचे काम इथे होते. काही वर्षांपूर्वी माझासुद्धा शिप ब्रेकिंगचा व्यवसाय होता. त्या निमित्ताने मी अलंगला जात-येत असे. अलंगला वेगळी अशी बाजारपेठ नाही. अलंगच्या नाक्यापासून अलंग सुरू होते व समुद्रकिनारी संपते. फार-फार तर १५-२० किलोमीटरचा परिसर. इथे तुम्हाला जुन्या वस्तूंची दुकाने दिसतील. त्यामध्ये लाकूड, लोखंड, इलेक्ट्रिकच्या वस्तू, क्रॉकरी, कपडे जे म्हणाल ते. या वस्तू जहाज तोडताना मिळालेल्या असतात. उंची प्रकारचे फर्निचर सुद्धा येथे स्वस्तात मिळते. या दुकानांना खड्डा म्हणतात. अशी तिथे जवळपास चारशे दुकाने आहेत. छोट्या-मोठ्या हॉटेल्सबरोबर एक स्टार हॉटेलसुद्धा आहे. आता एवढ्या खेड्यात हे स्टार हॉटेल म्हणजे थोडे अप्रूपच! पण जहाज खरेदी-विक्रीला येणाऱ्या लोकांसाठी ही सोय आहे. पण मी मात्र नेहमी रोडवर असलेल्या 'मुन्नाजी का ढाबा' इथे जातो. प्रचंड मोठा असा हा ढाबा, पण सगळे बास-बल्ल्या व कवेलूपासून तयार केलेले. तिथले फर्निचर सगळे जहाजावरचे, वेगवेगळ्या देशांतील. प्रत्येक डायनिंग टेबलचा आकार वेगवेगळा, बनावट वेगळी, क्रॉकरी-कटलरी सुद्धा वेगळ्या प्रकारची. इथले जेवण साधेच पण झणझणीत. शेंगदाणे तेलाचा मुक्त हस्ते वापर, त्याचबरोबर दूध-दुभते, साय हेही मुबलक प्रमाणात. जेवणानंतर टेबलावर स्टीलचा मोठा लोटा आणून ठेवत, त्यामध्ये ताजे ताक. तुम्ही कितीही पिऊ शकता. त्यानंतर मी मोठा अंबाजी या देवस्थानात गेलो असताना तिथे मला नाश्त्याचा एक छान प्रकार दिसला. तो म्हणजे गरम गरम फाफडा आणि कढी व त्याबरोबर कुरकुरीत जिलबी. फाफडा म्हणजे बेसनाच्या गोळ्याची पाटावर लांबट अशी हाताने पट्टी ओढून तळलेला प्रकार. पण तो गरम हिरव्या मिरचीबरोबर किंवा कढीबरोबर अप्रतिम लागतो. असे म्हणतात की राजकोट आणि सौराष्ट्र या भागातली सकाळ फाफडा-जिलबी शिवाय उजाडत नाही.

गुजरातमध्ये असताना मी मांडवी, भुज, कांडला भचावू, गांधीधाम या भागात बराच फिरलो आणि समुद्रकाठाने जाताना मी पोरबंदरला आलो. तिथे एक हॉटेल होते. त्याचे नाव देरडी, तिथले वैशिष्ट्य म्हणजे रात्रीच्या वेळी बनवला जाणारा सुरती उंधीयो नावाचा प्रकार. रेतीत खड्डा करून त्यात जाळ करून सुरती उंधीयोचे मडके ठेवीत. मंद कोळशाच्या आचेवर शिजलेला हा उंधीयो आपल्यासमोर माठाचे सील तोडून आपल्याला देतात. गरम-गरम उंधीयोमध्येच एखादा भाग करपलेला व त्यातला रस पिऊन परिपक्व झालेली मुठीया हा सगळा प्रकार म्हणजे स्वर्गसुखच नाही का? इथली खाजरीसुद्धा प्रसिद्ध आहे. त्यानंतर मी आलो सोमनाथला. तसे गुजराती लोक मांसाहारामध्ये मागेच. कारण ९० टक्के गुजराती मांसाहार करत नाहीत. पण येथून उत्कृष्ट पद्धतीचा झिंगा निर्यात केला जातो. सोमनाथहून १०० किमी. अंतरावर तालाला तालुक्यात लाला सासन गीर नावाचे जंगल आहे. हे जंगल सिंहांसाठी प्रसिद्ध आहे. तसे जेवणाच्या बाबतीत सुरत फारच प्रसिद्ध आहे. तापी नदीवरील हे ऐतिहासिक शहर. याचे महत्त्व म्हणजे ही इंग्रजांची भारतातील पहिली वसाहत.

सुरतमधील सुतरफेणी, खंबाटा, घारी, खांडवी, खमणी, लोचो इत्यादी पदार्थ बरेच प्रसिद्ध आहेत. याशिवाय तिथे तारगाव नावाचे गाव आहे. तिथे तुम्हाला शेतात मांडव टाकून हुरडा भाजून देतात. हुरड्यापासून वेगवेगळे पदार्थही तयार करून देतात. येथील राधाकृष्ण मंदिरात दिवाळीत जाण्याचा योग आला. त्यावेळी मला छप्पन भोग हा प्रकार पाहायला मिळाला. छप्पन भोग म्हणजे छप्पन्न प्रकारच्या मिठायांचा नैवेद्य. अहमदाबादप्रमाणे इथे सुद्धा वस्त्रोद्योग, जरीकाम, हिऱ्याला पैलू पाडणे इत्यादी कामे होतात. डुमस येथे तापी नदी व समुद्राचा संगम आहे. इथे सुद्धा बरीच हॉटेल्स आहेत. त्यानंतर मी गेलो अहमदाबादला. अहमदाबादचे पहिले नाव होते कर्णावती. आता या नावाने तिथे एक हॉटेलसुद्धा आहे. तिथे तुम्हाला पारंपरिक गुजराती जेवण मिळेल. हे शहर कपड्यांच्या बाजारासाठी संपूर्ण देशात फार प्रसिद्ध आहे. या शिवाय साबरमती आश्रम, जगन्नाथ मंदिर या ठिकाणी भेट द्यायला बरीच पर्यटक मंडळी येतात. त्यामुळे सगळीकडे खाण्याची चंगळ आहे. मंदिरांवरून एक गोष्ट लक्षात आली. गांधीनगरमध्ये असलेले अक्षरधाम मंदिर खिचडीसाठी प्रसिद्ध आहे. जशी इंदूरची खाऊ-गल्ली प्रसिद्ध आहे, तशीच अहमदाबादला लॉ गार्डनजवळ सुद्धा एक खाऊ-गल्ली आहे. तिथे झाडून सगळे पदार्थ मिळतात. इथे सुद्धा सराफा नावाचा प्रकार

आहे. जो रात्री नऊ ते सकाळी चारपर्यंत उघडा असतो. सराफा बाजार बंद झाला की त्या दुकानाच्या समोर टपरीवरच ही खवय्या मंडळी खावटीची दुकाने लावतात. त्याचबरोबर जी.आय.सी.टी. या इंडस्ट्रिअल एरियामध्ये 'विशाला' नावाचे एक मोठे हॉटेल आहे. त्याबद्दल बऱ्याच लोकांना माहीत असेल. इथे अगदी पारंपरिक असे गुजराती जेवण मिळते. जेवणाबरोबरच इथली संस्कृती, संगीत इत्यादींचे दर्शन होते. त्यानंतर 'विपुल दुधीया' या दुकानातले श्रीखंड फार प्रसिद्ध आहे. तुम्हाला गुजराती पेढ्याचा आस्वाद घ्यायचा असेल तर अहमदाबाद येथील जलाराम मंदिराजवळील 'जयहिंद पेंडा' याला पर्याय नाही (गुजरातीत पेढ्याला 'पेंडा' म्हणतात.).

अहमदाबादजवळील 'आणंद' हे दुधासाठी प्रसिद्ध आहे. इथेच सुप्रसिद्ध अमूलची कित्येक एकरामध्ये पसरलेली फॅक्टरी आहे. वाडीलाल आईस्क्रीमसुद्धा इथलेच. अहमदाबादचे वैशिष्ट्य असे, की तिथे छोट्याशा दुकानात विविध तऱ्हेची मिष्टान्ने, शेव, चिवडे, पकोडे उपलब्ध असतात व हे सर्व १०० ग्रॅम, ५० ग्रॅम या हिशोबाने मिळतात. अहमदाबादची खासियत सांगायची तर तिथे २०० वर्षे जुनी इटालियन बेकरी आहे आणि तिथले बरेच पदार्थ प्रसिद्ध आहेत. याशिवाय अहमदाबादला जाऊन भोगीलाल मूलचंद कंदोई यांच्या मिठाईच्या राजवाड्यात गेले नाही, तर पापच! याचे कारण इथे मोहनथालपासून म्हैसूर, मगज, चुरमा लाडू, काजू का म्हैसूरपाक, ड्रायफ्रूट बर्फी, पान मिठाई असे मिठाईचे इतके प्रकार तिथे मिळतात की मला त्याचे आणखी वर्णन करता येणार नाही. या सर्व मिठाया शुगर फ्री सुद्धा असतात. १८४५ पासून हे दुकान सुरू आहे. या दुकानाचे जे मालक झालेत त्यांचे फोटो त्या दुकानात लावले गेले आहेत. गुजराती थाळीत सुद्धा इथे वेगवेगळे प्रकार आहेत. हे प्रकार चाखण्यासाठी 'आधार', 'चर के झायरे', 'आगाशिये', 'गोवर्धन थाल' ही हॉटेल्स प्रसिद्ध आहेत. ही जेवढी प्रसिद्ध ठिकाणे आहेत, त्यांचा अर्धाअधिक माल निर्यात केला जातो.

पुढे बडोद्याला गेलो असताना तिथे एक जाणवले, की तिथल्या खाद्यसंस्कृतीवर मराठी पगडा आहे. कारण बडोदा ही गायकवाड संस्थानाची राजधानी होती. मकरपुरा, प्रतापविलास, भद्रा, नजरबाग हे त्यांचे राजवाडे. मग या राजवाड्यांना जोडून सूरसागर लेक, तांबटकर वाडा, म्युझियम, दक्षिणमूर्ती मंदिर इत्यादी पर्यटन स्थळे आहेत. गायकवाडांचा जो राजवाडा होता तिथे एक वाचनालय आहे. त्या वाचनालयात त्यांच्या राजवटीच्या काळातील पाककृतींची पुस्तके

आहेत. नाझरची चवला फल्ली, जगदीश रेस्टॉरेन्टची बाकरवडी प्रसिद्ध आहे. आता बाकरवडी म्हटले तर त्याच्यातही बरेच प्रकार आहेत. गुजरातची बाकरवडी महाराष्ट्रात पोहोचता-पोहोचता तिच्यावर अनेक पैलू पाडले गेले व महाराष्ट्रातल्या बाकरवडीने आपली एक वेगळी ओळख निर्माण केली.

कानगोष्टी नावाचा एक खेळ आपल्याला माहीत आहे, त्यात एखाद्याने एक वाक्य दुसऱ्याच्या कानात सांगायचे, दुसऱ्याने तिसऱ्याच्या व तिसऱ्याने चौथ्याच्या. असे करता-करता मूळ वाक्य जाऊन शेवटी वेगळेच वाक्य ऐकायला येते. असेच पदार्थांचे सुद्धा आहे. एका प्रांतातून दुसऱ्या प्रांतात जाताना त्यांच्या चवीत बदल होत जातो. ही झाली गुजरातची सुसंस्कृत राजेशाही खाद्यसंस्कृती. असे म्हणतात काही लोक खाण्यासाठी जगतात तर काही लोक जिवंत राहण्यासाठी खातात. पण गुजरातमध्ये फिरताना असे वाटले, की नाही, ही मंडळी निव्वळ खाण्यासाठी जगतात.

बीराज

साहित्य

तांदूळ १ कप, लवंगा ६ नग, दालचिनी, छोटी वेलची ६ नग, बदाम १०, काजू १०-१२, बेदाणे २०-२५, चण्याची डाळ १ कप, चांदी वर्ख, तूप ४ चमचे, साखर दीड कप.

कृती

चण्याची डाळ भिजत घालावी. भिजलेल्या डाळीत थोडेसे पाणी घालून शिजवावी. पण खूप शिजवू नये. तूप गरम करून त्यात काजू आणि बदामाचे छोटे-छोटे तुकडे तळून घ्यावे. नंतर तांदूळ स्वच्छ करून धुवून पाच मिनिटे भिजत ठेवावे. तुपात अर्धी वेलची, लवंग, दालचिनी टाकून परतावे. नंतर तांदूळ चार मिनिटे भाजून त्यात शिजलेली चण्याची डाळ घालून २-३ मिनिटे पुन्हा तांदळाबरोबर भाजावे. त्यानंतर त्यात ४ कप पाणी व दीड कप साखर घालून सगळे मिश्रण एकत्र करावे व मंद आचेवर पाणी आटेपर्यंत शिजू द्यावे. पाणी आटेस्तोवर तांदूळ नरम होतील. शिजलेले तांदूळ गॅसवरून खाली उतरवावे व त्यावर तळलेले काजू, बदाम, बेदाणे घालावे. वरून चांदीचा वर्ख लावून गरम-गरम खायला द्यावे.

खांडवी

साहित्य

बेसन (चणा डाळीचे पीठ) १ कप, मैदा १ चमचा, ताक (दह्याचे)१ कप, पाणी २ कप, मीठ चवीनुसार, हळद २ चिमूट, हिंग १ चिमूट, ताज्या खोबऱ्याचा खवलेला कीस दीड कप, चिरलेली कोथिंबीर दीड कप, किसलेले आले १ चमचा, चिरलेली मिरची १ चमचा, लिंबाचा रस, साखर चवीनुसार.

कृती

मायक्रोवेव्हच्या प्लॅस्टिक बाऊलमध्ये वडीचे सर्व साहित्य एकत्र करून सर्व जिन्नस एकजीव करून घ्यावे. हे भांडे मायक्रोवेव्हमध्ये ४० अंश तापमानावर ५ मिनिटांकरिता झाकण लावून ठेवावे. हे मिश्रण बाहेर काढून एकदा ढवळून परत एकदा मायक्रोवेव्हमध्ये मध्यम तापमानावर ४० अंशावर ५ मिनिटे ठेवावे. ही कृती दोन वेळा करावी, पाच मिनिटांपर्यंत भांडे आतमध्येच राहू द्यावे. एका स्टीलच्या थाळीला तेल लावून हे मिश्रण घालून त्याच्या पट्ट्या कापून घ्यावे. सारणाचे साहित्य एका भांड्यात घेऊन ते एकत्र करून घ्यावे. सारणाचे मिश्रण पट्टीमध्ये भरून त्याची गुंडाळी करून घ्यावे. सर्व वड्या तयार झाल्यावर त्यांना फोडणी घालून त्यावर कोथिंबीर, खोबरे कीस घालून सजावट करावी.

पनीर मुठिया

साहित्य

बारीक किसलेले पनीर १ वाटी, भाजलेली कणिक ३ चमचे, आले- लसणाची पेस्ट १ चमचा, धणे-जिरे पावडर चवीनुसार, तिखट, मीठ, आमचूर पावडर चवीनुसार, बारीक चिरलेला कांदा १ वाटी, कोथिंबीर, लांब कापलेल्या मिरच्या, तेल तळायला.

कृती

१ चमचा तेलात आले-लसणाची पेस्ट घालून, परतून त्यात हळद, तिखट, गरम मसाला, आमचूर पावडर, भाजलेली कणिक व पनीर घालून परतावे. पाण्याचा थोडासा शिपका मारून त्याचे लांबट गोळे बनवावे. त्याला 'मुठिया' म्हणतात. मंद तेलात तळावे. वाढताना फ्राय पॅनमध्ये तेल गरम करून जिरे, कांदा, हिरवी मिरची, कोथिंबीर व मुठिया घालून हाय फ्लेमवर परतून लगेच वाढावे.

मुगाची उसळ

साहित्य

अख्खे मूग १ कप, हिरव्या मिरच्या २ नग, आले-लसूण पाकळ्या ४-५, कांदा १ नग, तेल १ चमचा, मीठ चवीनुसार, लिंबू १ नग, साखर चवीनुसार, किसलेले खोबरे २ चमचे, तिखट अर्धा चमचा.

कृती

अख्खे मूग ५-६ तास पाण्यात भिजत घालावे. नंतर एका ताटात पसरून १०-१२ तास झाकून ठेवावे. मोड आलेले मूग तयार होतील. ते पाण्यात घालावेत. यामुळे त्याची साले निघतील. ती फेकून द्यावी. लसूण, आले, हिरवी मिरची बारीक वाटून गरम तेलात भाजून घ्यावी. त्यात चिरलेला कांदा घालून परतावे. त्यानंतर त्यात मोड आलेले मूग टाकून चवीनुसार मीठ, तिखट घालून मंद आचेवर झाकण लावून शिजू द्यावे. शिजल्यावर त्यात लिंबाचा रस आणि साखर घालावी. सजावटीकरिता वरून किसलेले खोबरे घालावे.

ढोकळा

साहित्य

तेल १ चमचा, मोहरी अर्धा चमचा, हिंग चिमूटभर, कढीपत्ता ८ ते १० पाने, पाणी अर्धा कप, साखर १ चमचा, मीठ चवीनुसार, बेसन १ कप, कॉर्नफ्लॉवर १ चमचा, सायट्रिक ॲसिड अर्धा चमचा, खायचा सोडा पाव चमचा, पिवळा खाण्याचा रंग थोडासा, पाणी सव्वा कप.

कृती

एका छोट्या भांड्यात १ चमचा सोडा पाण्यात मिसळून बाजूला ठेवावे. बेसन, कॉर्नफ्लॉवर, सायट्रिक ॲसिड, रंग, मीठ आणि सर्व एकत्र करून फेटून एकजीव करून घ्यावे. मायक्रोवेव्हच्या प्लॅस्टिक कंटेनरमध्ये दीड कप पाणी घेऊन दीड मिनिटापर्यंत भांडे झाकून उच्च तापमानावर गरम करून घ्यावे. आपण जे सोड्याचे पाणी तयार केले होते, ते पाणी मिश्रणात घालून एकजीव करून घ्यावे. हे मिश्रण उकळलेल्या पाण्याच्या भांड्यात ओतून मायक्रोवेव्हमध्ये उच्च तापमानावर (९००w/max/१००%) ३ मिनिटांपर्यंत शिजवून घ्यावे. तीन मिनिटांनंतर मायक्रोवेव्हच्या तापमानात १० मिनिटांपर्यंत राहू द्यावे. दहा मिनिटांनंतर या मिश्रणाला फोडणीचा तडका देऊन त्याचे एकसारखे तुकडे करून चिरलेली कोथिंबीर व ओल्या नारळाचा कीस घालून खायला द्यावे.

उंधीयो

साहित्य

कणिक ३ वाट्या, तिखट, हळद, मीठ चवीनुसार, शेंगदाण्याचे तेल अर्धी वाटी, हिरवा मसाला अर्धी वाटी (हिरवी मिरची, हिरवा लसूण, कोथिंबीर, ओवा वाटून घेणे.) गूळ अर्धी वाटी, बटाटे, गाजर, कच्चे केळे, मटार, वाल पापडीच्या शेंगा, मेथी १ वाटी.

कृती

मुठियाकरिता : थोड्याशा तेलात हिंग, मोहरी, हळद, तिखट, मीठ व कणिक टाकून भाजून घ्यावे. जरूरीपुरते पाणी घालून नंतर त्याच्या मुठिया बनवून तळून घ्यावे. बटाटे सोलून कापून, गाजर, कच्चे केळे वाफवून घ्यावे. त्यामध्ये हिरवा मसाला, मुठिया, तेल, दही, गूळ मिसळावे. हे मिश्रण छोट्या मातीच्या मडक्यात भरून वरून बंद करून कोळशावर मंद आचेवर शिजवावे.

महाराष्ट्र

'राकट देशा, कणखर देशा, दगडांच्या देशा', असे म्हणणारा आणि शिवछत्रपतींच्या पराक्रमाची साक्ष देणारा हा महाराष्ट्र! वीरांची भूमी असलेल्या महाराष्ट्रातील विविध प्रांतांमध्ये वैशिष्ट्यपूर्ण खाद्यवैभव अनुभवायला मिळते. विदर्भ, मराठवाडा, खान्देश, कोकण व पश्चिम महाराष्ट्रातील प्रादेशिकदृष्ट्या वैविध्यपूर्ण प्रदेशांत खानपान आणि स्वागताची रेलचेल दिसते. विदर्भातील सावजी मसाले, खान्देशातील शेवभाजी, कोल्हापूरमधील तांबडा व पांढरा रस्सा, सोलापूरची शेंगांची पोळी, नाशिकचा पेढा व जिलबी, पुण्याचा बटाटेवडा व मिसळ, मुंबईचा वडापाव अशा तोंडाला पाणी सुटेल अशा पदार्थांबरोबर अनेक अस्सल व पारंपरिक पदार्थांनी महाराष्ट्राची खाद्यसंस्कृती श्रीमंत आहे.

महाराष्ट्रातील उत्तर-पूर्व भाग स्वातंत्र्यापूर्वी मध्य प्रांतात होता. बुलढाणा जिल्ह्यापासून भंडारा जिल्ह्यापर्यंत एकूण आठ जिल्ह्यांचा प्रदेश हा वऱ्हाड किंवा विदर्भ म्हणून ओळखला जातो. चमचमीत व तिखट खाण्याकरिता हा भाग प्रसिद्ध आहे. येथील भाज्यांमध्ये तिखट तसेच तेलाचे प्रमाणही बरेच असते. तेलात मुख्यत्वे करून जवसाचे किंवा शेंगदाण्याचे तेल वापरण्याची पद्धत आहे. वैदर्भीय लोक जेवण्याच्या बाबतीत अतिशय आग्रही. विदर्भाचे आदरातिथ्य सर्वश्रुतच आहे. पु. ल. देशपांडे यांनीसुद्धा त्याचे वर्णन केले आहे. बिनधास्त, बेधडक, रांगड्या व्यक्तिमत्त्वाचे लोक, येणाऱ्या जाणाऱ्याशी सहज ओळख पटवून, तंबाखूची डबी काढून, 'चुन्याची पुडी आहे का जी?' म्हणून विचारणारे. कित्येक लोकांना वाटते की विदर्भातले जेवण म्हणजे जहाल, तिखटच. पण असे नाही, काही विशिष्ट वर्गातील लोक तिखट खातात. इथला प्रसिद्ध 'सावजी' प्रकार मात्र तिखटच असतो.

'सावजी' हा चमचमीत आणि तितकाच चवदार पदार्थ खास नागपूरचाच. नागपूरला गेलेल्या खवय्यांना हा पदार्थ नेहमीच आवडतो. म्हणून आपले वेगळेपण कायम राखून ठेवलेल्या सावजीला खरी गरज आहे ती हॉटेलच्या मेन्यूकार्डमध्ये जागा मिळण्याची. अख्ख्या भारतात सावजी म्हणजे नागपूर, अशीच ओळख निर्माण झाली आहे. झणझणीत सावजीचा जन्म या नागपुरातच झाला. सत्तर वर्षांपूर्वी कोष्टी समाज बांधवांनी सावजी प्रकाराला नागपुरात जन्म दिला. आधी नागपूर मध्य प्रदेशात होते. कोष्टी लोक मूळचे मध्य प्रदेशामधल्या मुलताई, बैतूल, पांढुर्णा, छिंदवाडा आदी भागातील. हातमाग हा त्यांचा प्रमुख व्यवसाय. नागपुरात त्या काळी भरपूर मिल्स असल्यामुळे हातमागाचा व्यवसाय जोरात होता. त्यामुळे पोटापाण्यासाठी कोष्टी बांधव नागपुरात आले; येथेच त्यांनी वेगवेगळ्या भागात आपले बस्तान बसवले. मिलमध्ये दिवसभर मेहनत केल्यानंतर रात्री हे कोष्टी बांधव एकत्र येत. दिवसभराचा थकवा घालविण्यासाठी काहीतरी विरंगुळा हवा होताच, काय करायचे तर विविध खेळ खेळायचे. मग कुणाच्या तरी डोक्यातून एक कल्पना आली. चविष्ट भोजन तयार करण्याची स्पर्धा घ्यायची. सर्वांना ही कल्पना पटली; पण बनवायचे काय? चेंज म्हणून रोजच्या जेवणापेक्षा काहीतरी वेगळे चमचमीत असले पाहिजे. मग मांसाहारी पदार्थ बनवण्याचे ठरले. चिकन, मटण शिजवले; पण एवढ्यावरच हे बांधव थांबले नाहीत. वेगळ्या प्रकारचे स्वादिष्ट भोजन तयार

करण्याची त्यांच्यात स्पर्धा लागल्यामुळे कुणी तरी बोकडाच्या खुराची भाजी बनवायला सुरुवात केली. जे मांसाहारी नाहीत त्यांच्यासाठी डाळ कांदा, गवार, पाटोडी यांसारखे कितीतरी वेगळ्या पद्धतीचे पदार्थ तयार झाले. येथूनच सावजीला सुरुवात झाली. मग हे पदार्थ आपल्यापुरतेच सीमित न ठेवता त्याचा व्यावसायिक उपयोग करण्याचे त्यांनी ठरवले. नागपूरच्या गोळीबार चौकात सुरुवातीला काही दुकाने लावली. विशेष म्हणजे नागपूरकरांना हा प्रकार चांगलाच भावला आणि कमी वेळातच हे कोष्टी बांधव 'सावजी' म्हणून प्रसिद्धीस आले. नागपूरकरांनी सावजी प्रकार जणू डोक्यावर घेतला. नागपूरच्या बाहेर सावजीचा प्रसार होण्यास सुरुवात झाली. कोष्टी बांधवांची सावजी बनवण्याची पद्धत वेगळी होती. आधी सर्व मसाले काळपट होईपर्यंत भाजायचे, नंतर ते उकळत्या पाण्यात घालायचे. हे मसाले दहा ते पंधरा मिनिटे उकळले की मग ते कुटायचे. त्याची घट्ट व काळसर पेस्ट तयार होते. नंतर ही पेस्ट व पाणी एकत्र करून गाळून घ्यायचे. मग ती पेस्ट फोडणीसाठी जवसाच्या तेलात घालायची. भाजलेली चणाडाळ, तांदळाचे पीठही घालायचे, त्यामुळे रस्सा घट्ट होतो. विशेष म्हणजे, हा मसाला पाटा-वरवंट्याच्या साहाय्याने वाटला जातो. नागपुरात आज अडीचशेच्या वर सावजी हॉटेल्स आहेत. मात्र खरे सावजी हाताच्या बोटावर मोजण्याइतकेच उरलेत, तेही गोळीबार चौकात.

आता इतरही समाजाचे लोक या व्यवसायात उतरले आहेत. तिखट, जास्त मसाले घालून भाजी बनवली, की झाले सावजी, एवढेच त्यात उरले आहे. आज बहुतांश हॉटेल्समध्ये जे सावजी जेवण मिळते, ती खऱ्या सावजीची पाककृती नाहीच. त्यामुळे नागपुरातील सर्वोत्कृष्ट सावजी कोण हे सांगणे कठीण आहे. हा परंपरागत व्यवसाय बंद केलेल्या कुठल्याही कोष्टी बांधवाच्या घरी आजही जा, सावजीची फर्माईश केली, तर ते नाही म्हणत नाहीत; आणि हो, या व्यवसायात उरलेल्या कोष्टी लोकांचे एक प्रमुख वैशिष्ट्य म्हणजे ते फक्त भाजीचे पैसे घेतात. आणि त्या सोबत मिळणाऱ्या पोळ्या मोफत असतात. सावजीत फक्त चिकन, मटण हेच आहे, असे नाही. त्यात डाळ कांदा, पाटोडी, खसखसची भाजी हे अस्सल सावजी पदार्थही चाखायला मिळतात.

नागपुरात अजून एक खाण्यासारखी गोष्ट म्हणजे सांबारवडी किंवा पाटोडी. ही पाटोडी खावी तर कोर्टासमोरच्या टपरीवजा हॉटेलमध्ये मिळणारी. जवळपास तीन इंच लांब पाटोडी म्हणजे कोथिंबिरीची वडी. त्यावर आंबट आणि घट्टसर कढी.

त्यावर जहाल तरी म्हणजेच भरपूर तेल असलेला तिखट रस्सा. हा कितीही मिळू शकतो. आणि एक मात्र नक्की एका पाटोडीमध्ये एका वेळेचे पोट भरते. नागपुरातला अजून एक खाण्याचा प्रकार म्हणजे चणा-चिवडा. हा प्रकार कस्तुरचंद पार्कच्या कोपऱ्यावर खाकी कपडे घालून असलेल्या मूलचंद जवळचाच खावा. गरम गरम ताजे पोहे, त्यावर देशी चण्याचा रस्सा व त्यावर त्याच रश्श्यात उकडलेला अर्धा टोमॅटो असा हा प्रकार मिळतो. यानंतर कामठीची रबडी, हिरा स्वीटची सोनपापडी, खामला या भागातील केशवरावचे बटाटेवडे निव्वळ अप्रतिम. बटाटेवड्यावरून आठवले, अमरावतीला एक गड्डा हॉटेल आहे. तिथले बटाटेवडे सुद्धा अप्रतिम! ते हॉटेल जमिनीच्या थोडे आतमध्ये होते म्हणून त्याला 'गड्डा' हे नाव पडले. कविवर्य सुरेश भट यांच्या आवडीचे हे ठिकाण होते.

मी मागील वर्षी चिखलदऱ्याला गेलो असताना तेथून परतताना परतवाड्याजवळ आम्हाला संध्याकाळचे सहा वाजले होते व भूकही फार लागली होती. आजूबाजूला चौकशी केल्यावर कोणीतरी सांगितले की, तेथून काही अंतरावरच बहिराम बाबाची यात्रा भरली आहे. तेथे तुम्हाला खायला मिळेल. येथे गेल्यावर दिसले, ते टिपीकल गावठी जत्रेचे स्वरूप. जवळपास दोनशे ते अडीचशे नुसती खाण्याची दुकाने लागली होती. आणि त्याच्या जवळच भाजीची, त्याचबरोबर संपूर्ण मटणाची, चिकनची व मातीच्या भांड्यांची दुकाने सुद्धा दिसली. फेरफटका मारता-मारता लक्षात आले की, तेथील पद्धत वेगळीच होती. एक तर सर्व स्वयंपाक चुलीवर बनवलेला होता व अतिशय घरगुती पद्धतीने वाटलेल्या मसाल्यांचा घमघमाट सर्वदूर पसरलेला होता. आधी बहिराम बाबांचे दर्शन घ्यायला गडावर चढलो. दर्शन घेऊन बाहेर आल्यावर विलोभनीय दृश्य दिसले. त्या दोनशे ते अडीचशे दुकानांमध्ये चुली पेटल्या होत्या. त्या चुलींच्या धुरामुळे आसमंत धूसर झालेला. सगळीकडे लाकडाच्या चुल्हाण्यावर जेवण शिजत होते. त्याचा घमघमाट पसरला होता. त्याचबरोबर नाच-गाण्यांचा आवाज सुद्धा येत होता. गड उतरून खाली गेलो. नंतर अजून थोडी अशी माहिती कळली की, या बहिराम बाबांना आदिवासी लोक मटणाचा नैवेद्य चढवतात. त्यांची ही एक परंपराच आहे. या परंपरेचा मान ठेवून बाकी लोकही मटणाचाच नैवेद्य देतात.

अमरावतीहून १५० किलोमीटरवर असलेले शेगाव हे गजानन महाराजांचे पावन स्थान. येथे दर्शनाला जायचे व मनसोक्त कचोरी खायची. शेगावच्या कचोरीची

तुलना कुठल्याही कचोरीशी होऊ शकत नाही. याचा मसाला म्हणजे हिरवा वाटाणा भिजवून, शिजवून, वाटून तयार केलेला व कव्हरमध्ये मैदा आणि कणिक या दोहोंचे मिश्रण, ही कचोरी कडक नसते, पण हिची मजा वेगळी. आता नागपूर, अमरावती, पुणे, औरंगाबाद इत्यादी अनेक ठिकाणी शेगावची कचोरी मिळते. पण अस्सल शेगावच्या कचोरीकरिता मात्र शेगाव रेल्वे स्टेशनजवळचे शर्माजींचे दुकानच गाठायला हवे.

आता जळगावपासून पुढे खान्देश म्हणजे तीन जिल्हे - धुळे, जळगाव व नंदूरबार. इथली भाषा अहिराणी. बोलीही! अहिराणी पदार्थ तिखट, पण वेगळेपणा जपणारे. शेवभाजी, डाळ गंडोरी, बट्टी, निस्त्याची चटणी, शेंगदाण्याची पातळ चटणी, कळणाची पुरी-भरीत, तुरीचा घेंगा, बोरांची भाजी, केळीची भाजी, तूर डाळीची भेंडके (तुरीच्या डाळीच्या कणीपासून तयार केलेला इडलीसारखा पदार्थ), उडीद डाळीचे वडे जे पुऱ्यांसारखे दिसतात, मुगाच्या डाळीपासून तयार केलेल्या ऐडण्या (डोश्याचा एक प्रकार) एक ना अनेक... इथली वांग्याची भाजी अतिशय प्रसिद्ध. त्यासाठी वांगी सुद्धा वेगळी लागतात. वांगी देठासकट कापून आले-लसणाच्या वाटणाबरोबर फोडणीला घालतात. त्यात हळद, तिखट, गरम मसाला, धणे-जिरे पावडर घालून, वाफेवर शिजवून नंतर थोडे पाणी घालून तांब्याच्या भांड्यात जवळपास पाच-सहा तास शिजवतात. शिजल्यावर रवीने घोटून एकजीव करतात. शेवटी चवीनुसार मीठ व आमचूर पावडर, कोथिंबीर घालून ही भाजी, साधे वरण, त्यावर साजूक तूप व बट्टीबरोबर खायला देतात. त्याबरोबर कच्चा कांदा व बिबडे (ज्वारीच्या पापडाचा एक प्रकार). आता इथे तयार होणारी जी शेवभाजी असते त्याला लागणारी खास शेवही फैजपूरमध्ये 'धनाजी शेट' यांच्या हॉटेलमध्ये मिळते. ती नुसती खायलाही छान लागते.

त्यानंतर भुसावळला गेलात तर घाशीलालचे आलू वडे (बटाटेवडे) खाल्ल्याशिवाय येऊ नका, हा माझा प्रेमळ सल्ला आहे. यातला बटाट्याचा मसाला अतिशय मसालेदार असा असतो. असे म्हणतात की, इथे आलू वडा तयार करायला इतके बटाटे लागतात की बटाटे कुस्करायला एक मोठा हौद तयार केलेला आहे व त्यात प्लास्टिकचे पायमोजे घालून काही माणसे नुसते हेच काम करत असतात. त्यानंतर जळगावच्या दत्त डेअरी व सरस्वती डेअरीचे श्रीखंड. याची महती अशी की ४० किलोचा श्रीखंडाचा कॅन उलटा केला तरी ते श्रीखंड

खाली पडणार नाही. त्यानंतर तिथल्याच भंगाळे मटण हॉटेलमधले मटण अतिशय प्रसिद्ध आहे. हे हॉटेल जळगाव-भुसावळ रोडवर आहे आणि याची खासियत अशी की, हे आठवड्यातून दोनच दिवस आणि त्या दोन दिवसात चार-चार तासच उघडे असते. एकदा भांड्यात बनविलेले मटण संपले, की पुन्हा ते बनवीत नाही. त्याबरोबर गाव हैयावरचे चिकन हा पण एक वेगळा प्रकार आहे. इथेच जळगाव रोडवर गोविंद धाब्यावर जाण्याचा योग आला. इथले वैशिष्ट्य असे की, यांची मागेच शेती आहे त्यात भरपूर भाज्या लावल्या आहेत. तुम्ही ती भाजी स्वतः तोडायची व आपल्याला हव्या त्या पद्धतीने बनवून घ्यायची.

पश्चिम महाराष्ट्रातील कोल्हापूर जिल्हा हा शाहू महाराजांचा जिल्हा म्हणून सर्व लोकांना माहीत आहे. कोल्हापूरची लवंगी मिरची आणि तमाशा याकरिता विख्यात असलेला हा जिल्हा, तांबडा रस्सा व पांढरा रस्सा यासाठीही प्रसिद्ध आहे. सध्या भारतातील बहुतेक हॉटेल्समध्ये व्हेज कोल्हापुरी, कोल्हापुरी चिकन हे पदार्थ उपलब्ध असतात. पण व्हेज कोल्हापुरी हा प्रकार कोल्हापुरात मिळतच नाही. कारण या नावाचा प्रकारच मुळात कोल्हापुरात नाही. असो. इथली गंमत म्हणजे तांबडा रस्सा व पांढरा रस्सा एकेक वाटी घेऊन त्याबरोबर चिकन किंवा मटण खायचे. म्हणजेच तांबडा रस्सा तिखट लागला तर त्यात पांढरा रस्सा मिसळून आपल्याला योग्य अशा चवीचा रस्सा खाता येतो. हा रस्सा बाकी रश्श्यांप्रमाणे किंवा ग्रेव्हीप्रमाणे टिकाऊ नाही. तांबडा रस्सा तयार करताना कोल्हापुरी चटणी वापरावी लागते.

कोल्हापूरचा अजून एक प्रकार मला आवडतो तो म्हणजे दावणगिरी लोणी-डोसा. हा डोसा शिवाजी पुतळ्याजवळ जनता बाजार येथे मिळतो. याची खासियत अशी की भरपूर लोणी व जाळीदार डोसा. यामध्ये चुरमुऱ्याचा वापर करतात. त्यानंतर राजाभाऊची सुकी भेळ, फडतळ्यांची मिसळ त्याचबरोबर हॉटेल 'दर्शनी-व्हेज'मधला अख्खा मसूर तर लाजवाब. कोल्हापूरच्या चौकात रंकाळ्याजवळ अजून एक प्रकार मला पाहायला मिळाला. तो म्हणजे आपल्यासमोर काढलेल्या म्हशीच्या दुधात सोडा घालून पिणे. इथेच मिळणारा शाबूवडा म्हणजे आपल्या साबुदाणा वड्याचा वेगळा प्रकार, जो आकाराने सुद्धा मोठा असतो.

सोलापूरला हॉटेल 'रुचिरंग' मधले शाकाहारी जेवण तसेच अलिबागला एस.टी. स्टॅण्डजवळचे तुषार हॉटेल, कर्जतला बटाटेवडा ही प्रत्येक गावाची आपली आपली खासियत आहे. तसेच गुहागर इथले खातू मसाले जर तुम्हाला

कुठे मिळाले, तर ते नक्की घ्यावे. त्या मसाल्यांची चव वेगळ्या पद्धतीची आहे. नाशिकला बुधा हलवायाचा पेढा... त्यांचे मनोहर मिठाई नावाचे प्रतिष्ठान आहे. एकूण पाच दुकाने, प्रत्येक दुकानाची आपली एक वेगळी खासियत. कुठे पेढा चांगला मिळतो तर कुठे चिवडा चांगला मिळतो. एका दुकानात फक्त जिलबी मिळते. ही जिलबी निर्यात सुद्धा करतात. इथेच खुर्चन वडी सुद्धा मिळते. आता खुर्चन वडी म्हणजे एक अफलातून प्रकार. वेगवेगळ्या मिठाया बनविताना कढईला जो खवा लागतो तो सगळा एकत्र करून बनविलेली मिठाई. पण ती आता इतकी प्रसिद्ध झालेली आहे की त्यासाठी 'खुर्चन' कुठून आणावे हा प्रश्न पडला आहे.

पुढे इकडे पुण्याला आले की, तर खाण्याची चंगळच असते. पुण्याचा बटाटे-वडा, नारायण पेठधील बेडेकरांची मिसळ, सुजाता मस्तानी आणि ठिकठिकाणी मिळणारी कोल्ड कॉफी. पुण्याची अजून एक आठवण सांगतो ती म्हणजे कल्याण भेळवाला. याची मुख्य शाखा मार्केट यार्डमध्ये आहे. कयानी बेकरीमधली श्रुजबेरीची बिस्किटे, इथला केक सुद्धा मस्त असतो. कॅम्पमधील जॉर्जमध्ये मिळणारी वेगवेगळ्या प्रकारची बिर्याणी तर अफलातूनच. जंगली महाराज रोडला तुम्ही जाल तर मथुरा नावाच्या हॉटेलमध्ये मिळणारे गावरान जेवण. इथे थालिपीठ, अळूवडी, मटकीची उसळ, वालाचे बिरडे आणि गावरान पद्धतीची थाळी आणि एकाहून एक प्रकारच्या चटण्या. नॉनव्हेज खायचे असेल तर नळस्टॉप जवळच हॉटेल निसर्ग आणि सदाशिव पेठेतील हॉटेल नागपुरे. रास्ता पेठवरून जाताना तुम्हाला एक मैलाचा दगड दिसेल आणि त्यावर कोल्हापूर शून्य असे दिसेल. तर गडबडू नका! इथेच आहे 'पुरेपूर कोल्हापूर' नावाचे तुमच्या जिभेच्चे कोल्हापुरी जेवणाचे चोचले पुरविणारे हॉटेल. मुळात इंजिनीअर असलेल्या या माणसाने हॉटेलचा कुठलाही अनुभव नसताना कोल्हापुरी जेवणाची महाराष्ट्रात पाच हॉटेल्स उघडली आहेत. त्यातली पुण्याला दोन तर दादरला, ठाण्याला, विलेपार्लेला प्रत्येकी एक. येथे तुम्हाला कोल्हापुरी जेवणाची मजा मिळू शकेल. जुन्नरला जाताना कळंब येथील मिलन हॉटेलची मिसळ खायला विसरू नका. पुण्याहून मुंबईला येताना आजकाल जे फूड मॉल्स झालेले आहेत त्यात तर खाण्याची चंगळच असते. खाण्याचे वेगवेगळे, नीटनेटके स्टॉल्स तुमची वाट पाहात असतात. पुण्याहून मुंबईला जाताना मला या फूड मॉल्सचे खूप आकर्षण असते. एक मात्र सांगतो, तुम्ही गेट-वे ऑफ इंडियाला गेलात की त्याच्या जवळ बडे मियाँचा एक स्टॉल

आहे. तिथले कबाब अप्रतिम असतात. त्याचबरोबर ठाण्यातील मामलेदारची मिसळ आणि आले, मिरची व लिंबूचा फ्लेवर असलेले आईस्क्रीम. बाकी मुंबईमध्ये कुठलाही माणूस कमी पैशांत पोट भरू शकतो, हे मात्र नक्की.

याचबरोबर उल्लेख करावा लागेल तो 'तांदळाचे फरे' याचा. हा सुद्धा पारंपरिक पदार्थ आहे. आणि या पदार्थाला सुद्धा इतिहास आहे. आपल्या महाराष्ट्रात शिवनेरीच्या पायथ्याशी जुन्नर नावाचे गाव आहे. जुन्नरमध्ये लेण्याद्री हा अष्टविनायकामधील एक गणपतीसुद्धा आहे. 'मेजवानी'च्या शूटिंगच्या निमित्ताने मी इथे गेलो असताना तिथे मला 'तांदळाचे फरे' हा पदार्थ चाखायला मिळाला. हे तांदळाचे फरे म्हणजेच नवीन आलेल्या तांदळाची पिठी करून, त्याची उकड काढून, त्यात उडदाच्या डाळीचा मसाला भरून वाफवलेला पदार्थ. याचा नैवेद्य शरद पौर्णिमेच्या दिवशी चंद्राला दाखवून दुसऱ्या दिवशीपासून तांदूळ वापरायला काढतात. बिहारमध्येदेखील हा पदार्थ आढळतो. 'तांदळाचे फरे' आणि येथील 'चावल के फरे' यात साम्य असे की, सगळी पद्धत एकच. फक्त बिहारमधील 'चावल के फरे' हे तळलेले असतात. याचा सुद्धा नैवेद्य दाखवतात; पण तो करवा चौथच्या दिवशी. अप्रतिम 'चावल के फरे' मिळण्याचे एक ठिकाण मला पाटण्याच्या जुन्या बाजारात दिसले. मोठ्या मशिदीजवळ उजवीकडे गेले की सातआठ दुकाने उलटल्यानंतर 'पटलूजी के फरे' या नावानी ते दुकान आहे. आजकाल उडदाच्या डाळीऐवजी सारणात नॉनव्हेज सुद्धा वापरतात. 'नॉनव्हेज'मध्ये सुद्धा खिमा किंवा अंडा भुर्जी असे प्रयोग त्यांनी केलेले आहेत.

एकदा शोच्या निमित्ताने पुसदला जाताना मला 'रेगुलवार रेस्टॉरंट' नावाचा बोर्ड दिसला, भूक लागली म्हणून सहज गेलो, पण जेवल्यानंतर मात्र ठरवले की परत या भागात आल्यानंतर रेगुलवारकडे जेवल्याशिवाय जाणार नाही. अप्रतिम चव!

तसेच अकोल्याहून अकोटला जाताना 'चोहट्टा बाजार' नावाचा भाग लागतो, तिथे मराठा रेस्टॉरंट आहे, तिथल्या मटणाची चव तुम्हाला नक्कीच लक्षात राहील. अकोल्याहून १५-२० किमी. अंतरावर 'पाटलाचा वाडा' नावाची एक वास्तू आहे. इथे शेतात असलेले पाटलाचे घर आणि तिथला घरगुती पाहुणचार, तो अनुभव इतका मजेशीर असतो की, शेतातील काम बघता-बघता, आजूबाजूला खेळत्या कोंबड्या, गाई-बैलांचे हंबरणे ऐकताना, इथल्या कर्त्या पुरुषाच्या (मालकाचा/पाटलाचा) आग्रह ऐकता-ऐकता घरगुती जेवणावर ताव मारायचा... एवढे

झाल्यावर आराम करायला झाडाखाली टाकलेल्या खाटा आणि त्यावरच्या मऊशार गोधड्या... हा आनंद तुम्हाला कुठल्याही पंचतारांकित हॉटेलमध्ये मिळणार नाही.

अकोल्यापासून १५ किमी. अंतरावर उगवा हे गाव आहे. तेथील गिल्ली मिसळ फार प्रसिद्ध आहे. येथे फक्त सकाळी ६ ते ९ वेळेदरम्यान हा प्रकार उपलब्ध असतो. याशिवाय गांधीग्रामची गुळपापडी सुद्धा प्रसिद्ध आहे. अकोल्याहून १० किमी. वरील रिदोऱ्याला कलकत्ता ढाबा आहे, इथे लोक खीर प्यायला जातात आणि ती सुद्धा तांदळाची. मटण खाल्ल्यानंतर सुद्धा लोक आवडीने खीर खातात, असे मला दिसले.

अकोला ते मंगळूरपीर रस्त्यावर महान नावाचे गाव लागते. तिथला घट्ट चहा प्रसिद्ध आहे, याचे वैशिष्ट्य असे, की नेहमी आपण चहा बनविताना दुधात पाणी घालतो, पण इथे दुधातले पाणी आटवले जाते. म्हणजेच दूध घट्ट करून मग त्याचा चहा बनवितात. तो सुद्धा पितळी भांड्यात आणि चुलीवर. अजून एका नावाचा उल्लेख करावा लागेल तो म्हणजे जुना अकोल्यातील राजस्थान दही वडा हाऊस. चला तर, महाराष्ट्रातील खाद्ययात्रेकडे वळू या.

कोहळ्याची गाखर भाजी

साहित्य

कोहळा पाव किलो,
कोथिंबीर पाव वाटी,
वऱ्हाडी रस्सा ३ वाट्या,
गरम मसाला १ चमचा,
मीठ चवीनुसार, मोहरी,
हिंग, तेल, फोडणीला
कढीपत्ता, चारोळी
भाजलेली ५ चमचे.

कृती

कोहळा सालीसकट कापून ठेवावा. एक चमचा तेल फोडणीला घेऊन त्यात मोहरी, हिंग, कोहळ्याचे तुकडे, कढीपत्ता व चवीनुसार मीठ घालावे. यानंतर वऱ्हाडी ग्रेव्ही व चारोळी घालून मंद आचेवर शिजवावे. गरम मसाला घालावा. शक्यतो पाणी न टाकता शिजवावे. वरून कोथिंबीर घालून गरम-गरम पोळीबरोबर वाढावे.

टीप

- ही भाजी तशी मुळात सौम्य असते, त्यामुळे तयार करताना थोडी मसालेदारच करावी.

सावजी मटण

साहित्य

ताजे मटण १ किलो, सावजी ग्रेव्ही ४ वाट्या, आले-लसूण वाटण १ चमचा, कोथिंबीर, हिरव्या मिरचीचे वाटण १ वाटी, आंबट दही २ वाट्या, खडा मसाला अर्धा चमचा, कसुरी मेथी, कोथिंबीर २ चमचे.

कृती

स्वच्छ धुतलेल्या मटणात सर्व मसाले, हिरव्या मिरचीचे वाटण, आले लसूण वाटण व दही मिसळून दीड ते दोन तास ठेवून नंतर त्याच पाण्यात शिजवावे. अशा शिजवलेल्या मटणात सावजी ग्रेव्ही, थोडीशी कसुरी मेथी घालून ५-७ मिनिटे शिजवावे. कोथिंबीर घालून गरम-गरम वाढावे.

सावजी रस्सा

साहित्य

कांद्याचे वाटण २०० ग्रॅम, आले-लसूण पेस्ट १ चमचा, पाणी १ वाटी, लाल मिरच्या ८-१०, बडीशेप १ चमचा, मोठी वेलची ४-५, लवंग २ चमचे, जायपत्री १ चमचा, काळी मिरी २ चमचे, शहाजिरे २ चमचे, धणे ५ चमचे, खसखस पाव वाटी, ज्वारीचे पीठ ५ चमचे, शेंगदाणा तेल १ वाटी, खोबरेल तेल १/२ वाटी, तिखट २ चमचे, तमालपत्र ४-५, हळद १ चमचा, मीठ चवीनुसार.

कृती

कांदा व लसूण सोडून सर्व मसाले लालसर, काळपट रंगात भाजून घ्यावेत व गरम पाण्यात भिजवावेत. १० मिनिटे पाण्यात उकळल्यानंतर बारीक वाटून घ्यावेत. पातेल्यात तेल टाकून प्रथम आले-लसणीचे पाणी टाकून, ते शिजवल्यावर त्यात कांद्याचे वाटण तसेच वरील वाटलेला मसाला व तमालपत्र घालावे. थोडेसे पाणी टाकून हे मिश्रण तेल सुटेस्तोवर उकळावे. सगळ्यात शेवटी हळद, तिखट व खोबरेल तेल टाकावे. वरून थोडी कोथिंबीर घालावी.

तांदळाचे फरे

साहित्य

तांदळाची पिठी २ वाट्या, भिजवलेली उडदाची डाळ अर्धी वाटी, बडीशेप २ चमचे, आले पेस्ट १ चमचा, कोथिंबीर, जिरे १ चमचा, मीठ चवीनुसार, लिंबू १ नग, साखर चवीनुसार, साजूक तूप.

कृती

तांदळाच्या पिठात मीठ, २ चमचे तेल टाकून छान मळून घ्यावे. भिजवलेली उडदाची डाळ जाडसर दळून त्यात बडीशेप, जिरे पावडर, कोथिंबीर, चवीनुसार मीठ, साखर टाकून सारण तयार करणे. तांदळाच्या पिठाचा गोळा लाटून (पुरीच्या आकाराचा) त्यावर मध्ये हे सारण ठेवावे. मधून करंजीसारखे दुमडावे. करंजीच्या दोन्ही बाजू उघड्या असाव्यात. जेणेकरून आतल्या डाळीचे मिश्रणही शिजेल. उकळत्या पाण्यात थोडे मीठ घालून १० ते १२ मिनिटे उकळल्यावर त्यात या करंज्या सोडून १० मिनिटे झाकून उकळावे. पाण्यातून काढून पाणी निथळून गरम गरम साजूक तूप लावून खावे किंवा थंड सुद्धा छान लागतात.

पश्चिम महाराष्ट्रात कोजागिरीच्या वेळी नवीन तांदूळ निघतो. तर त्या दिवशी असे फरे आणि दूध यांचा नैवेद्य चंद्राला दाखवतात. व त्यानंतर नवीन तांदूळ वापरायला काढतात. उत्तरेतही करवा चौथच्या वेळी हा पदार्थ बनवतात. तेथे त्यास 'चावल के फरे' संबोधतात. फरक इतकाच की तेथे आले-लसणाचा वापर करून हे फरे तेलात तळतात.

संत्र्याची बर्फी

साहित्य

संत्र्याचा गर २ वाटी, साखर १ वाटी, खवा १ वाटी, संत्र्याचा इसेन्स अर्धा चमचा.

कृती

संत्र्याच्या गरात साखर घालून त्याचे पाणी आटेस्तोवर परतावे. मिश्रण थंड झाल्यावर त्यात खवा, संत्र्याचा इसेन्स मिसळून वड्या पाडून नंतर खायला द्याव्यात.

कोथिंबीर वडी (सांबार वडी)

साहित्य

कोथिंबीर १ जुडी, मध्यम आकाराचे कांदे ६ नग, किसलेले सुके खोबरे २ वाट्या, तीळ २५ ग्रॅम , हिरव्या मिरच्या ६ नग, साखर १ चमचा, लिंबाचा रस अर्धा चमचा, तेल पाव वाटी, तिखट चवीनुसार, मीठ चवीनुसार.

आवरणासाठी : डाळीचे पीठ पाव किलो, कणिक १ वाटी, तिखट २ चमचे, मीठ हे सर्व साहित्य एकत्र करून घट्ट मळावे.

कृती

२ चमचे तेलात मोहरी, आले-लसूणची पेस्ट चांगली परतून त्यात चवीनुसार मीठ, तिखट, साखर, हळद घालून १-१ चमचा धणे-जिरे पावडर टाकावी. गॅस बंद करून सुके खोबरे मिसळवावे. नंतर यात बारीक चिरलेली कोथिंबीर, चारोळी चार चमचे टाकून मसाला तयार करावा. बेसनाची पातळ पोळी लाटून त्यावर गरम मसाला व चिंचेचे पाणी लावावे. नंतर हा मसाला पसरवून याची गोल गुंडाळी करून कडा दाबून घ्यावी व मंद आचेवर तळून खायला द्यावे.

वऱ्हाडी रस्सा

साहित्य

आले-लसणाचे वाटण अर्धी वाटी, कांद्याचे वाटण १ वाटी, वाटलेली हिरवी मिरची ४-५ चमचे, चिंचेचा कोळ पाव वाटी, गुळाचा खडा चवीनुसार, सुके भाजलेले खोबरे अर्धी वाटी, भाजलेले शेंगदाणे पाव वाटी, भाजलेली खसखस पाव वाटी, भाजलेले तीळ पाव वाटी, मेथी दाणे १ चमचा, हळद अर्धा चमचा, तिखट चवीप्रमाणे, भाजून वाटलेले धणे ५ चमचे, जिरे पावडर ५ चमचे, गरम मसाला २ चमचे, तमालपत्र ४-५, तेल १ वाटी, हिंग छोटा पाव चमचा.

कृती

पातेल्यात तेल घेऊन सर्वप्रथम मोहरी, लसूण व कांद्याचे वाटण घालून तांबूस रंग येईस्तोवर परतावे. थोडेसे पाणी घालून, त्यात तमालपत्र व उर्वरित सर्व जिन्नस घालून हे मिश्रण परतावे. नंतर मसाल्याला पुरेल इतपत गरम पाणी घालून तेल सुटेस्तोवर परतावे. सर्वांत शेवटी तिखट, हळद, आले लसणाचे वाटण, गूळ व चवीनुसार मीठ घालावे.

पाटोडी रस्सा

साहित्य

पाटोडीसाठी :

वऱ्हाडी ग्रेव्ही २ वाट्या (पाटोडी रस्सा या भाजीमध्ये चिंच, गुळाचा वापर करू नये), चण्याच्या डाळीचे पीठ १ वाटी (चण्याच्या डाळीचे पीठ जाडसर दळलेले), खोबरे कीस २ चमचे, हळद, तिखट, मीठ चवीनुसार, तेल २ चमचे, मोहरी, हिंग.

कृती

(हिला पाटवडी असेसुद्धा म्हणतात)

थोड्याशा तेलात मोहरी फोडणीला घालून त्यात हिंग, हळद, तिखट, मीठ व १ वाटी पाणी घालून बेसन घाला. ढवळत राहा. मिश्रण शिजवा. थोडे घट्ट झाल्यावर त्यात थोडी कोथिंबीर घालावी. नंतर हे मिश्रण ट्रेमध्ये घालून वरून थोडा खोबऱ्याचा कीस घाला. थंड झाल्यावर वड्या कापाव्यात. भाजी वाढताना वऱ्हाडी ग्रेव्ही थोडी पातळ करून चवीनुसार मीठ घालावे. नंतर यात तयार पाटोड्या घालून एक उकळी आणावी.

डाळ कांदा

साहित्य

भिजवलेली चण्याची डाळ २ वाट्या, बारीक चिरलेला कांदा २ वाट्या, आले-लसूण पेस्ट ४ चमचे, धणे-जिरे पावडर २ चमचे, वैदर्भीय पद्धतीचा काळा मसाला १ चमचा, ठेचलेली हिरवी मिरची १ चमचा, खसखस भाजून कुटलेली २ चमचे, तिखट, हळद, मीठ चवीनुसार, शेंगदाण्याचे तेल अर्धी वाटी, १ चमचा मोहरी, हिंग फोडणीला.

कृती

चण्याची डाळ दोन ते तीन तास भिजवून ठेवावी. फोडणीला तेल घालून मोहरी तडतडल्यावर हिंग, कुटलेली मिरची, लसूण परतल्यावर मग कांदा घालून खरपूस परतावा. त्यानंतर मीठ व थोडे पाणी घालून चण्याची डाळ घालावी. डळ शिजल्यावर क्रमाक्रमाने धणे-जिरे पावडर, खसखस, हळद, तिखट, आले घालून थोडे परतावे. गरम मसाला, कोथिंबीर घालून रोटी किंवा भाकरीबरोबर खायला द्यावी.

टीप

- या भाजीत तेल व तिखट नेहमीच्या भाज्यांपेक्षा थोडे जास्त असते.

कोल्हापुरी तांबडा रस्सा

साहित्य

मटण शिजवलेले पाणी (मटणाचे सूप) १ लिटर, तीळ अर्धी वाटी, जिरे १ चमचा, लवंग ३ ते ४, दालचिनी, काळे मिरे ५ ते ६, ओले खोबरे अर्धी वाटी, सुके खोबरे अर्धी वाटी (खरपूस भाजून घेणे), आले-लसूण पेस्ट २ चमचे, कोल्हापुरी चटणी ५ चमचे, कोथिंबीर, तेल पाऊण वाटी, मीठ चवीनुसार.

कृती

पाऊण वाटी तेलात जिरे, कांदे, लसणाची पेस्ट फोडणीला घालून खरपूस भाजून घ्यावी. उरलेले साहित्य एकत्र वाटून यात घालावे. चांगले परतल्यावर यात मटणाचे सूप, चवीनुसार मीठ घालून एकत्र उकळवावे.

कोल्हापुरी पांढरा रस्सा

साहित्य

मटणाचे पाणी १ लिटर (मटण, मीठ व हिंग घालून पाण्यात शिजवून घेणे.) नारळाचे दूध चार कप, तीळ १ चमचा, काजू २ चमचे, खसखस २ चमचे.

कृती

तीळ, खसखस, काजू एकत्र भिजवून बारीक वाटून घ्यावे. यात २ चमचे आले-लसणाची पेस्ट घालावी. हे सर्व मिश्रण नारळाचे दूध व मटणाच्या पाण्याबरोबर उकळावे. याला लवंग, दालचिनी, हिरवी मिरची, मिरे व तमालपत्र यांची फोडणी देऊन चवीनुसार मीठ घालून उकळवावे.

कोल्हापुरी सुके मटण

साहित्य

शिजवलेले मटण १ किलो, कांदे ३ नग, टोमॅटो १, आले-लसूण पेस्ट २ चमचे, तेल अर्धी वाटी, शहाजिरे अर्धा चमचा, हळद पाव चमचा, कोल्हापुरी चटणी ४ चमचे, कोल्हापुरी सुका मसाला २ चमचे.

कृती

तेलात शहाजिरे घालून लसणाची पेस्ट व कांदा घालून खरपूस भाजून घ्यावे. त्यानंतर त्यात मटण, कोल्हापुरी सुका मसाला, हळद व कोल्हापुरी चटणी घालून चवीनुसार मीठ घालून खमंग भाजावे. यानंतर कोल्हापुरी तांबडा रस्सा व पांढऱ्या रश्श्याबरोबर वाढावे.

टीप

- पांढरा रस्सा किंवा तांबडा रस्सा तयार करताना आपण मटण शिजवतो. आणि पाणी रश्श्यात वापरतो. पण शिजवलेले मटण अशा सुक्या मटणासाठी वापरावे. वापरताना यात आपण मीठ घातलेले आहे, हे लक्षात घ्यावे.

गोवा

नैसर्गिक सौंदर्याने परिपूर्ण असलेला गोवा हा असंख्य देशी, विदेशी पर्यटकांना आकर्षित करतो, तो त्याच्या वेगळेपणामुळे. गोव्याची लाल माती, तिथला समुद्रकिनारा व गोव्यातील साधी माणसे मनाला भावून जातात. मला जाणवलेले गोव्याचे एक वैशिष्ट्य असे की, अजूनही तेथे पारंपरिकता जपली जाते. जुनी मंदिरे, जुनी चर्च, जुने रस्ते, जुनी घरे ही कित्येक वर्षे त्याच स्थितीत डौलाने उभी आहेत. तेथे नारळ, काजू, ताड इत्यादी झाडे मोठ्या प्रमाणात आहेत. येथील फेणी प्रसिद्ध आहे. कर्नाटक व महाराष्ट्राच्या सीमा गोव्याला लागून आहेत. गोव्याची राजधानी 'पणजी' हे एक स्वच्छ व सुंदर शहर आणि याशिवाय 'म्हापसा', 'वास्को', 'मडगाव', 'फोंडा' ही इथली इतर प्रमुख शहरे आहेत. ऑक्टोबर ते मे हा काळ गोव्याला जायला छान असतो.

गोवा

नैसर्गिक सौंदर्याने परिपूर्ण असलेला गोवा हा असंख्य देशी, विदेशी पर्यटकांना आकर्षित करतो, तो त्याच्या वेगळेपणामुळे. गोव्याची लाल माती, तिथला समुद्रकिनारा व गोव्यातील साधी माणसे मनाला भावून जातात. मला जाणवलेले गोव्याचे एक वैशिष्ट्य असे की, अजूनही तेथे पारंपरिकता जपली जाते. जुनी मंदिरे, जुनी चर्च, जुने रस्ते, जुनी घरे ही कित्येक वर्षे त्याच स्थितीत डौलाने उभी आहेत. तेथे नारळ, काजू, ताड इत्यादी झाडे मोठ्या प्रमाणात आहेत. येथील फेणी प्रसिद्ध आहे. कर्नाटक व महाराष्ट्राच्या सीमा गोव्याला लागून आहेत. गोव्याची राजधानी 'पणजी' हे एक स्वच्छ व सुंदर शहर आणि याशिवाय 'म्हापसा', 'वास्को', 'मडगाव', 'फोंडा' ही इथली इतर प्रमुख शहरे आहेत. ऑक्टोबर ते मे हा काळ गोव्याला जायला छान असतो.

नाताळ व ३१ डिसेंबरचे येथे विशेष महत्त्व आहे. पणजी शहराच्या पूर्वेकडचा भाग, ज्याला जुने गोवा म्हणता येईल, तो भाग आदिलशहाने वसवला होता.

१५१० पासून पोर्तुगीज लोकांनी येथे चारशे वर्षे राज्य केले. दरम्यान येथे इंग्रजी शासनही होते पण १९६१ मध्ये गोवा पोर्तुगीजांच्या कब्जातून मुक्त होऊन भारताचा एक हिस्सा बनला. बराच काळ पोर्तुगीजांनी राज्य केल्यामुळे जुन्या गोव्यात घरे, रस्ते यावर पोर्तुगाली छाप दिसते. येथील भाषा कोकणी आणि मराठी या आहेत. हिंदी भाषेला सुद्धा इथे तेवढेच महत्त्व आहे. गोव्यात संगीत आणि नृत्य वेगळ्या प्रकारचे आहे. येथील प्रमुख लोकनृत्यांमध्ये मांडो, लॅम्प, मुसळ नृत्य, रोमट, ढंगर, मांडप आणि कुणबी नृत्य यांचा समावेश होतो. विदेशी पर्यटकांबरोबर भारतीय पर्यटकांचा ओढा असल्यामुळे येथे सर्व प्रकारचे जेवण मिळते. दक्षिण गोव्यात तारांकित हॉटेल्स भरपूर आहेत. पण जर तुम्हाला अस्सल गोव्याचे खाद्यप्रकार खायचे असतील तर ते उत्तर गोव्यामध्ये मिळतील. इथले काही खास पदार्थ व मसाले आहेत. यांची बनवण्याची पद्धत सुद्धा वेगळी आहे. वानगीदाखल काही पदार्थांची नुसती नावे आपण येथे बघूया. उदा. मारझीपान, गोवा फिश करी, स्वीट कॉर्न आणि क्रॅब सूप, एग ड्रॉप स्पिनाच सूप, मटण विंडालो, मसूर मजीब, ढोल-ढोल, मासोळीचे लोणचे. तसे गोव्याचे टिपिकल जेवण म्हणजे मांसाहारी आणि हे जेवण मिळण्याची काही ठिकाणे आपण बघूया.

पणजी येथील हॉटेल मांडवी व हॉटेल मंगेशी ही अप्रतिम मांसाहारी जेवणासाठी प्रसिद्ध आहेत. सगळीकडे जेवणाची पद्धत सारखीच असली तरी प्रत्येकाला आपली एक वेगळी चव आहे. त्याबरोबर म्हापश्याला व्यंकटेश लीला, फोंड्याला रामकृष्ण नावाच्या हॉटेल्समधील चव अप्रतिम आणि खासियत म्हणजे रॉबर्ट नावाचा ख्रिश्चन माणूस हे हॉटेल चालवतो. फोंड्यालाच दत्तगुरू हॉटेलमधील सोलकढीचे नाव घेतल्याबरोबरच तोंडाला पाणी सुटते. चार-पाच दिवस हॉटेलमधील चव घेऊन कंटाळा आला. अगदी घरगुती पद्धतीचे जेवण खावेसे वाटले. म्हणून मी त्याकरिता चौकशी करायला सुरुवात केली, तर कुणीतरी मला नाडकर्णी काकूंचे नाव सांगितले. मंगेशीच्या देवळावरून खाली उतरले की डावीकडे वळून पाच-सात घरे सोडल्यावर नारळाच्या झाडांनी आच्छादलेले नाडकर्णी काकूंचे घर दिसते. स्वच्छ, सुंदर वातावरण व जेवणही तसेच.

मला अजून एक नाव कळले ते शांतादुर्गा मंदिराजवळील धारवाडकरांचे.

तिथेही अगदी घरगुती पद्धतीचे 'गोवन फूड' मला चाखायला मिळाले. गोव्यात सगळीकडे मांसाहारीच जेवण मिळते. पण त्याला अपवाद म्हणजे फोंड्याला बस स्टॅण्डजवळचे बर्वे यांचे हॉटेल. इथे तुम्हाला उत्कृष्ट गोवन व्हेजिटेबल जेवण मिळेल. फोंड्यालाच एक छान मोठी बेकरी आहे. इथे बेकरी पदार्थांव्यतिरिक्त डो-डोल, बेबींका हे गोड पदार्थ सुद्धा बघायला मिळतात.

मंगेशीच्या जवळच रामकृष्ण शेणॉय यांचे 'तांदळा' नावाचे नवीनच उघडलेले हॉटेल आहे. यात खास तांदळाचे पदार्थ मिळतात. तांदळाचे झणझणीत आंबट पिठले, थोडे उडदाचे पीठ घालून तयार केलेली आंबोळी ही इथली खासियत, त्याचबरोबर सूप म्हणून देण्यात येणारी तांदळाची पेज, ती पण अप्रतिम. इथेच मला कोळातले पोहे हा अप्रतिम पदार्थ मिळाला. इथे एक म्हण लिहिलेली मी वाचली ती अशी 'मराठी कोकणी आणि भात बोकणी'.

कोकणात फणस नोव्हेंबरपासून सुरू होतात ते जून-जुलैपर्यंत असतात. फणसाचे सांदण, फणसाची पोळी यांच्याशिवाय फणसाच्या भाजीचेही प्रकार अनेक! कच्च्या फणसाची ठेचून केलेली साधी किंवा गरम मसाल्याची भाजी (यालाच पारा किंवा कुयऱ्या असे म्हणतात), त्यातच थोडे पावटे, दाणे किंवा ओले काजू घालून केलेली भाजी असे किती प्रकार सांगावेत! तयार फणसाच्या गऱ्याला लसूण, लाल मिरचीची किंवा सांडगी मिरचीची फोडणी देऊन केलेली भाजी तितकीच चवदार लागते. एप्रिल- मेच्या सुमारास मागच्या दारात बसून कापा किंवा बरका फणस फोडायचा आणि त्याचे गरे घरातल्या पाहुण्यांना खायला देत स्वतःही त्याचा आस्वाद घेण्यासारखे दुसरे सुख नाही. फणसाच्या या गोड गऱ्यांवर कविताही रचल्या गेल्या आहेत. महेश केळुसकरांच्या कवितेतील नववधूला तिच्या मैत्रिणी म्हणतात, 'फणसाचो गरो कसो गोड लागता, बायल्येक घोव् तसा आवडता.' असे हे गोड, रसाळ गरे असलेले फणस पावसाच्या सुरुवातीपर्यंत असतात. पावसाची चिन्हे दिसू लागली, की मागच्या दारात फोडला जाणारा फणस घराच्या पडवीत फोडला जातो. ढगाळलेले आकाश; आंब्यांचा, साठांचा घमघमणारा सुवास अशा वातावरणात केळीच्या हिरव्यागार पानांवर गरे घेऊन खाणे हा अनुभव कोकणात जाऊन घेण्यासारखा असतो.

बेबींका

साहित्य

नारळाचे दूध ६०० मिली., साखर ४०० ग्रॅम, अंड्याचा बलक ९ नग, कणिक (चाळलेली) १५० ग्रॅम, जायफळ पूड पाव चमचा, लोणी किंवा तूप १०० ग्रॅम, मीठ चवीनुसार.

कृती

नारळाचे घट्ट दूध काढून घ्यावे व ६०० मिली गरम पाण्याबरोबर कापडातून गाळून घ्यावे. साखर घालून ढवळून घ्यावे. त्यानंतर एक-एक करून अंड्याचा बलक त्यात टाकावा व एकजीव करावे. त्यात कणिक व मीठ घालून एकत्र करून घ्यावे. त्यावर जायफळ पूड टाकावी. एकीकडे १ चमचा साखर मंद आचेवर जाळून घ्यावी व सतत ढवळून त्यात २ चमचे कोमट पाणी घालावे. नंतर थंड करून घ्यावे. १ वाटी नारळाचे दूध या कॅरमलाइझ्ड साखरेत टाकून एकत्र करावे. पुन्हा एकदा हे मिश्रण कापडातून गाळून घ्यावे. ओव्हन तापवून घ्यावे व अर्धे मिश्रण एका लोणी किंवा तूप लावलेल्या बेकिंग पॅनमध्ये टाकावे. नंतर १२ ते १५ मिनिटे बेक करून घ्यावे. बेक झालेल्या स्तरावरती थोडे लोणी लावून घ्यावे. ओव्हन बंद करून दुसरा स्तर ३ ते ४ मिनिटे ग्रिल करून घ्यावा. असे लोणी लावून एक-एक स्तर ग्रिल करून घ्यावा. थंड करून एका मोठ्या प्लेटमध्ये काढून घ्यावे.

कच्च्या फणसाची ठेचलेली भाजी (गऱ्याची भाजी)

साहित्य

फणस २ वाट्या, बारीक चिरलेला लसूण ३ चमचे, हिरवी मिरची ७-८, कोथिंबीर अर्धी वाटी, धणे-जिरे पावडर १-१ चमचा, हळद, तिखट चवीनुसार, तेल, मोहरी फोडणीकरिता.

कृती

हळद व मीठ लावून फणस वाफवून घ्यावा. त्यानंतर दगडी खलबत्त्यात छान ठेचून घ्यावा. पॅनमध्ये तेल घेऊन मोहरी, लसूण परतल्यावर त्यात फणस घालून तांबूस रंगावर परतून घ्यावा. नंतर उर्वरित जिन्नस घालून एक वाफ येऊ द्यावी. कोथिंबीरघालून वाढावा.

सागुती मसाला

साहित्य

धणे १ किलो, खसखस २५० ग्रॅम, हळकुंड २५० ग्रॅम, बडीशेप ७५० ग्रॅम, मेथीदाणा १०० ग्रॅम, मोहरी १०० ग्रॅम, काळे मिरे १०० ग्रॅम, जिरे ५० ग्रॅम, लवंग १०० ग्रॅम, दालचिनी १५० ग्रॅम, जायपत्री २० ग्रॅम, दगडफूल १० ग्रॅम, मोठी वेलची २० ग्रॅम, वेलची ५० ग्रॅम, जायफळ १० नग, तमालपत्र १० ग्रॅम, शहाजिरे १० ग्रॅम, छोट्या लाल मिरच्या ७५० ग्रॅम.

कृती

सगळे जिन्नस वेगवेगळे भाजून घ्यावे. (धणे व हळकुंड सोडून) हळकुंड कुटून ते धण्याबरोबर भाजून घ्यावे. सगळे साहित्य एकत्र करून घ्यावे. गरम असतानाच त्याची बारीक पावडर करून घ्यावी. थंड झाल्यावर हवाबंद डब्यामध्ये ठेवावी. हा मसाला चिकन, बीफ, मटण किंवा चण्याच्या पदार्थांमध्ये वापरता येतो.

गोवा फिश करी

साहित्य

पापलेटचे तुकडे पाऊण किलो, बारीक चिरलेला कांदा १ नग, बारीक चिरलेले टोमॅटो १ नग, हिरव्या मिरच्या ४ नग, नारळाचे दूध १ वाटी, खोबरेल तेल ४ चमचे, मीठ चवीनुसार.

मसाला :

लाल मिरच्या १२, धणे ४ चमचे, जिरे १ चमचा, किसलेले आले २ चमचे, बारीक चिरलेला लसूण १, चिंचेचा कोळ २ चमचे, हळद १ चमचा हे सर्व साहित्य पाणी घालून बारीक वाटून घ्यावे.

कृती

पापलेटच्या तुकड्यांना मीठ, हळद लावून ५-१० मिनिटे बाजूला ठेवावे. खोबरेल तेलावर कांदा गुलाबी रंगावर परतून घ्यावा. त्यावर टोमॅटो आणि मसाला घालून ढवळावे. त्यात पाणी आणि नारळाचे दूध घालून थोडे पातळ करावे (जास्त पाणी घालू नये) आणि मिश्रणाला उकळी आणावी. यात माशाचे तुकडे, हिरव्या मिरच्या, मीठ घालावे आणि ५-७ मिनिटे शिजवावे.

गोवा प्रॉन्स करी

साहित्य
खाद्यतेल ५० मिली., पातळ चिरलेला कांदा १ नग, चिरलेले आले २ चमचे, बारीक चिरलेली हिरवी मिरची २ नग, हळद १ चिमूट, धणे पावडर १ चमचा, जिरे पावडर १ चमचा, तिखट १ चमचा, कोकोनट क्रीम ६० मिली., कोकोनट मिल्क १६० मिली. ग्रॅम, चिंचेचा कोळ २ चमचे, टायगर प्रॉन्स टेल्स ६०० ग्रॅम, मीठ चवीनुसार.

कृती
जाड बुडाच्या पॅनमध्ये मंद आचेवर तेल तापवून घ्यावे. त्यात चिरलेला कांदा १० मिनिटे परतून घ्यावा. आले व हिरवी मिरची टाकून पुन्हा १ मिनिट परतून घ्यावे. त्यानंतर हळद, धणे पावडर, जिरे पावडर व तिखट घालून एकत्र करून घ्यावे. यामध्ये कोकोनट क्रीम टाकून शिजवावे. (तेल सुटेपर्यंत) नंतर चिंचेचा कोळ आणि नारळाचे दूध घालून उकळून घ्यावे. गॅस कमी करून १५ मिनिटे मंद आचेवर शिजू द्यावे. एका बाजूला प्रॉन्स सोलून स्वच्छ करून घ्यावे. थंड पाण्याने धुतल्यावर त्यातील पाणी पूर्णपणे काढून टाकावे. शिजलेल्या सॉसमध्ये हे प्रॉन्स टाकावे. चवीनुसार मीठ घालून ५ मिनिटे शिजू द्यावे. (ही करी भाताबरोबर वाढावी.)

कोळंबीचे लोणचे

साहित्य

कोळंबी १ किलो, हळद १ चमचा, हिंगपूड २ चमचे, लाल मिरच्या १०-१५, मोहरी २ चमचे, जिरे २ चमचे, काळे मिरी १२-१५, आले वाटण ३ चमचे, लसूण वाटण ३ चमचे, किसलेले सुके खोबरे पाऊण वाटी, हिरव्या मिरच्या ५ नग, लिंबू ४ नग, मीठ चवीनुसार, तेल अर्धी वाटी.

कृती

कोळंबीला हळद, मीठ, चमचाभर लिंबाचा रस लावून ठेवावा. कढईत तेल गरम करून त्यात कोळंबी तळून घ्यावी. मोहरी, जिरे, मिरच्या आणि काळे मिरी दाणे, तेल न टाकता भाजून घ्यावे. त्यांची पूड करून घ्यावी. उरलेले निम्मे तेल गरम करून त्यात हिंग, उभ्या चिरलेल्या मिरच्या, वाटलेला लसूण, खोबरे हे सारे चांगले परतून बाजूला काढून ठेवावे. परत कढईत उरलेले तेल घालून मिरच्या, मोहरीचा मसाला टाकून परतावे. त्यावर कोळंबी घालावी, लसणाचे काप टाकावे आणि परतावे. आधी भाजलेला मसाला यात एकत्र करावा. नंतर जरूरीप्रमाणे मीठ घालावे आणि त्यावर राहिलेला लिंबाचा रस पिळून थंड होऊ द्यावे. कोळंबीचे हे कोकणी पद्धतीचे लोणचे फ्रीजमध्ये आठ दिवस राहू शकते.

तळलेली सुरमई

साहित्य

मोठ्या सुरमईचे बेताचे तुकडे अर्धा किलो, लसूण पाकळ्या १५-२०, चिरलेली कोथिंबीर १ वाटी, तिखट १ चमचा, धणे १ चमचा, आमसुले ४, मीठ, हळद, तांदळाचे पीठ, खोबरेल तेल.

कृती

सुरमईचे तुकडे स्वच्छ धुवून त्याला थोडे मीठ, हळद लावून ठेवावे. धणे, तिखट, आमसूल, लसूण, कोथिंबीर याची थोडे मीठ, हळद घालून बारीक गोळी वाटावी. ती तुकड्यांना लावून ते तासभर मुरत ठेवावेत. नंतर हे तुकडे तांदळाच्या पिठात दाबून घोळवावे. खोलगट तव्यावर खोबरेल तेल, रिफाइंड तेलात तळावे.

मसाल्याचा भरलेला बांगडा

साहित्य

मध्यम आकाराचे बांगडे ६, हळद, मीठ, लसूण पाकळ्या ८-१०, सुक्या मिरच्या ८-१०, मालवणी मसाला अर्धा चमचा, कोथिंबीर अर्धी वाटी, आमसुले ३-४, ओले खोबरे १ वाटी, तांदळाचे पीठ, तेल तळण्यासाठी.

कृती

बांगडे साफ करून फक्त डोक्याचा भाग काढावा. दोन्ही बाजूंनी प्रत्येकी ३-४ चिरा देऊन धुवावे. हळद-मीठ लावून ठेवावे. लसूण, कोथिंबीर, आमसुले, मिरच्या, खोबरे, मीठ मसाला एकत्र करून जाडसर वाटावे. ती चटणी बांगड्याच्या चिरामध्ये पोटाच्या बाजूने आत भरावी. थोडी चटणी वरूनही लावावी. नंतर ते बांगडे तांदळाच्या पिठात घोळवून, खोलगट तव्यावर कडेने तेल सोडून तळावे.

विन्डालू मटण

साहित्य

मटण अर्धा किलो, हिरव्या मिरच्या ४ नग, लसूण पाकळ्या ६-८, आल्याचा तुकडा २ इंच आकाराचा, बारीक चिरलेले कांदे २ नग, (मध्यम) व्हिनेगर पाव कप, तेल ४ चमचे, मीठ चवीनुसार, हळद १ छोटा चमचा, वाटलेली लाल मिरची अर्धा छोटा चमचा, वेलची पूड १ छोटा चमचा, २ हिरव्या कांद्याचा व्हिनेगर घालून वाटलेला मसाला, अर्धा नारळ किसून गरम पाण्यात भिजवून त्याचे काढलेले दूध.

कृती

व्हिनेगर घालून वाटलेला मसाला मटणाला लावून साधारण एक तास ठेवावे. जाड बूड असलेल्या भांड्यात तेल गरम करावे. त्यात कांद्याचे तुकडे टाकून गुलाबी होईपर्यंत परतावे. त्यात मसाला लावलेले मटण टाकून मीठ, हळद, वाटलेली लाल मिरची टाकून मंद आचेवर शिजवावे. नंतर व्हिनेगर टाकावे. साधारण पाच मिनिटानंतर नारळाचे दूध घालून पुन्हा शिजवावे. मटण चांगले शिजल्यावर भात किंवा नानबरोबर खायला द्यावे.

पनीर पेरी पेरी

साहित्य

लाल बेडगी मिरची २ वाट्या, गोवन व्हिनेगर पाव वाटी, मीठ, साखर चवीनुसार, कांदा १ नग, तेल अर्धी वाटी, कोथिंबीर, पनीर १ वाटी.

कृती

मिरची धुवून थोडे पाणी घालून उकळत ठेवावी. ८-१० मिनिटे उकळल्यानंतर मिरच्या, कांदा, व्हिनेगर, लसूण एकत्र करून बारीक करावे. पाट्या-वरवंट्यावर किंवा मिक्सरवर बारीक करावे. मध्ये-मध्ये मिरची उकळलेले पाणी वापरावे. तयार झालेल्या मिश्रणात तेल व उर्वरित जिन्नस घालून १०-१२ मिनिटे परतून पनीर घालून वाढावे.

टीप

- पनीरऐवजी मटण, चिकन, टोफू, मश्रूम इ. टाकू शकतो.

भारतातील प्रमुख शहरांपैकी एक 'बंगळुरू' ही कर्नाटकची राजधानी आहे. बंगळुरूला भारताची 'सिलीकॉन व्हॅली' म्हटले जाते, कारण इथे राष्ट्रीय व बहुराष्ट्रीय संगणक कंपन्यांची मुख्यालये आहेत. कर्नाटकमधील काही प्रेक्षणीय स्थळे म्हणजे 'म्हैसूर', 'वैलूर', 'विजापूर', 'बेळगाव', 'हंपी' इत्यादी.

म्हैसूरच्या म्हैसूर पॅलेसमधील सोन्याचे घुमट पर्यटकांना आपल्याकडे नक्कीच आकर्षित करतात. तसेच, तिथला ग्रॅनाईटचा वापर करून बनविलेला महाल हिंदू- मुस्लिम स्थापत्य शैलीचा एक अद्‌भुत नमुना आहे. विजापूर व हंपी ही इथली ऐतिहासिक शहरे आपला इतिहास तसेच शिल्पकलेसाठी प्रसिद्ध आहेत. येथील पाहण्यासारखी स्थळे म्हणजे गोल गुंबज, हम्पीमधले कमल महल, गजशाला इत्यादी.

कर्नाटकमध्ये एकीकडे आपल्याला घनदाट जंगले, घाट दिसतील तर दुसरीकडे लांबलचक समुद्र किनारा. त्यामुळे पर्यटकांना फिरण्यासाठी भरपूर स्थळे मिळतात. इथली काही प्रसिद्ध थंड हवेची ठिकाणे म्हणजे कूर्ग व चिकमंगळूर ही आहेत. थंड हवेसाठी प्रसिद्ध अशा या ठिकाणांची आणखी एक खासियत म्हणजे कॉफीचे उत्पादन व ऑर्किड प्रकाराच्या फुलांच्या जातीची शेती.

सुंदर समुद्रकिनारा असल्याने इथे वेगवेगळ्या प्रकारचे 'वॉटर स्पोर्टस्' खेळले जातात. पर्यटकच काय तर तिथले रहिवासी सुद्धा यांचा मनापासून आनंद घेतात.

कर्नाटकाची खाद्य संस्कृती सुद्धा फार मोठी आहे. या खाद्य संस्कृतीवर तेथील आजवरच्या राजवटीचा पगडा दिसून येतो. म्हैसूर व त्याच्या आजूबाजूच्या शहरांतील लोक शुद्ध शाकाहारी जेवण बनवतात. तर समुद्र तटावरच्या लोकांच्या जेवणात आपल्याला मासोळी, मटण व इतर सी-फूड मोठ्या प्रमाणात दिसून येते. सहसा सगळे जेवण शेंगदाण्याच्या तेलात बनवले जाते. पण कर्नाटकाच्या ग्रामीण भागात मात्र नारळाचे तेल वापरले जाते. तसेच, मंगलोर तथा त्याच्या आसपासच्या शहर व गावांमध्ये नारळाच्या दुधाचा वापर केला जातो.

इथल्या गावांमध्ये अजूनही केळीच्या पानावर जेवण वाढले जाते. तसेच इथल्या लोकांना हातानेच जेवायला आवडते. ते चमच्याचा उपयोग फारसा करत नाहीत.

मसूर अबोट

साहित्य

चण्याची डाळ पाव किलो, कांदा १ नग, लाल सुक्या मिरच्या ६ नग, खवलेला नारळ १ नग, मीठ चवीनुसार, तळायला तेल.

कृती

चण्याची डाळ धुवून साधारण तीन-चार तास पाण्यात भिजवून ठेवावी. नंतर पाणी निथळून टाकून डाळ वाटून घ्यावी. कांदा, लाल मिरची, नारळाचा कीस व मीठ एकत्र वाटावे. हे मिश्रण डाळीत व्यवस्थित मिसळावे. एका कढईत तेल गरम करून या डाळीच्या मिश्रणाचे इच्छेनुसार गोल, चपटे, लांबट आकाराचे कटलेट करून तळावेत. हे 'मसूर अबोट' सॉसबरोबर खायला द्यावे.

टोमॅटो रस्सम

साहित्य

चण्याची डाळ ३-४ चमचे, लांब बारीक कापलेले टोमॅटो ४ नग, लसूण पेस्ट अर्धा चमचा, बारीक चिरलेले आले अर्धा चमचा, किसलेला लसूण १ चमचा, मोहरी १ चमचा, जिरे १ चमचा, लाल मिरची १-२ नग, हिंग, कढीपत्ता, तिखट, मिरी पावडर, तेल २ चमचे, पाणी ३ कप, मीठ चवीनुसार.

कृती

चण्याची डाळ धुवून प्रेशर कुकरमध्ये शिजवून घ्यावी. एका पॅनमध्ये थोडे तेल घेऊन त्यात मोहरी, जिरे, कढीपत्ता, सुकलेली मिरची व हिंग घालून फोडणी द्यावी. नंतर त्यात आले, लसूण, टोमॅटो व हिरव्या मिरच्या घालाव्या. थोडे परतून घ्यावे. नंतर त्यात मीठ, तिखट, हळद व एक कप पाणी घालून ५-६ मिनिटे मंद आचेवर शिजू द्यावे. शिजवून थंड केलेली डाळ या मिश्रणात घालावी व दीड कप पाणी घालावे. एक उकळी येऊ द्यावी. वरून चिरलेली कोथिंबीर घालून गरम-गरम वाढावे.

इडलीचा उपमा

साहित्य

मिक्सरमधून काढलेला ५-७ इडल्यांचा रवा, फोडणीसाठी तेल, मोहरी, हिरवी मिरची, हिंग १ चमचा, बारीक चिरलेला लसूण, अख्खी लाल मिरची, कोथिंबीर, साखर चवीनुसार.

कृती

पातेल्यात तेल गरम झाल्यावर मोहरी, हिरवी मिरची, लाल मिरची, लसूण, हिंग घालून परतावा. काही भाज्या असतील (उदा. गाजर, मटार) तर त्या सुद्धा टाकाव्यात. भाज्या शिजल्यावर इडलीचा रवा, चवीनुसार मीठ, साखर घालून एक वाफ आणावी. कोथिंबीर घालून खायला द्यावा.

टीप

- मीठ घालताना इडलीमध्ये मीठ असते हे ध्यानात ठेवा.

अक्की रोटी

साहित्य

तांदळाची पिठी २ वाट्या, चिरलेला कांदा अर्धी वाटी, चिरलेली हिरवी मिरची ३-४ नग, खवलेला नारळ अर्धी वाटी, चिरलेली कोथिंबीर, जिरे १ चमचा, हिंग, हळद अर्धा चमचा, तिखट १ चमचा, तेल-मीठ चवीनुसार.

कृती

सर्व साहित्य कोमट पाण्यात व थोड्या तेलात घालून एकत्र करून घ्यावे व या मिश्रणाची मऊ कणिक मळावी. या कणकेचे छोटे-छोटे गोळे करून घ्यावे. हाताला थोडे तेल लावून एक-एक गोळ्याला हातावरच थापून जाडसर पोळी बनवून घ्यावी. तवा गरम करून ही पोळी त्यावर ठेवावी. या पोळीला मध्ये-मध्ये तीन चार टोचे पाडावे व त्यावर थोडे तेल घालावे. दोन्ही बाजूंनी पोळी सोनेरी भाजून घ्यावी. अशाच प्रकारे सगळ्या पोळ्या करून घ्याव्या.

टीप

- या पोळीसाठी आपण किसलेले गाजर व कोबी सुद्धा वापरू शकतो.

गोड इडली

साहित्य

तयार इडल्या ५ ते ६ नग, साखर १ वाटी, लिंबू १ नग, दूध पाव वाटी, वेलची पूड, बदाम-पिस्त्याचे काप, तळायला वनस्पती तूप.

कृती

साखरेचा एकतारी पाक करण्यासाठी साखरेत १ वाटी पाणी घालून उकळावे. उकळतानाच दूध, लिंबाचा रस घालावा. त्यामुळे मळी येईल, ती वर आलेली मळी काढून पाक स्वच्छ करावा. वेलची पूड घालून गॅस बंद करावा.

कढईमध्ये घातलेले तूप गरम झाल्यावर इडलीचे चार तुकडे करून तळावेत. नंतर पाकात टाकावे. ८ ते १० मिनिटांनी पाकातून काढून वरून चांदी वर्ख, बदाम-पिस्त्यांचे काप टाकून खायला द्यावे.

इडली दाबेली

साहित्य

तयार इडली २ ते ३, बटाटा उकडलेला १ नग, दाणे तळलेले २ चमचे, दाबेली मसाला अर्धा चमचा, मीठ चवीनुसार, साखर, तिखट चवीनुसार, हळद पाव चमचा, आले-लसूण पेस्ट १ चमचा, तेल १ चमचा, लोणी किंवा बटर, बारीक शेव.

कृती

प्रथम १ चमचा तेलात आले-लसूण पेस्ट परतून घ्यावे. उकडलेल्या बटाट्यात उर्वरित मसाले घालून एकजीव करावे व बाजूला ठेवावे. २ ते ३ लाल मिरच्या घेऊन ८ ते १० लसणाच्या पाकळ्यांबरोबर वाटून घ्यावे. ही चटणी इडल्यांच्या मधोमध लावावी. (मधून कापून दोन भाग करून) मध्ये केलेला बटाट्याचा मसाला भरून त्यावर अर्ध्या इडलीचा भाग ठेवावा. तव्यावर बटर घालून त्यात इडली तपकिरी रंगावर परतून घ्यावी. त्यावर सजावटीकरिता डाळिंबाचे दाणे, तळलेले शेंगदाणे व शेव टाकून खायला द्यावे.

म्हैसूर पाक

साहित्य

बेसन १ कप, साखर दीड कप, तूप २ कप, पाणी २ कप.

कृती

साखरेचा एकतारी पाक करून घ्यावा. एका पातेल्यात बेसन घ्यावे व गॅसवर ठेवावे. त्यात एक-एक चमचा पाक घालून नीट एकत्र करावे. आच कमी करून घ्यावी व या मिश्रणात दोन चमचे तूप घालावे. पाक, बेसन व तूप एकजीव होईपर्यंत ढवळत राहावे. मिश्रणाचा रंग बदलेपर्यंत एक-एक चमचा तूप घालून ढवळावे. जेव्हा मिश्रण कडा सोडू लागेल तेव्हा या मिश्रणाला एका तूप लावलेल्या प्लेटवर ओतावे. उलथण्याच्या साहाय्याने थापून घ्यावे (असे केल्याने जास्त असलेले तूप मिश्रणातून बाहेर पडेल. हे तूप काढू नये) १० मिनिटांपर्यंत थंड होऊ द्यावे. नंतर हव्या असलेल्या आकारात कापून घ्यावे. १० मिनिटांनंतर खायला द्यावे.

मधुर वडा

साहित्य

मैदा २ वाट्या, बारीक चिरलेल्या भाज्या १ वाटी, (गाजर, मटार, फ्रेंच बीन्स, फ्लॉवर) बारीक चिरलेला कांदा १ वाटी, ओल्या खोबऱ्याचे तुकडे भाजून, भिजवलेली उडदाची डाळ २ ते ३ चमचे, भिजवलेली चणा डाळ ३ चमचे, ठेचलेली हिरवी मिरची ३ चमचे, मीठ चवीनुसार, कोथिंबीर, तेल तळायला, सोडा किंचित, किसलेले आले २ चमचे.

कृती

सर्व जिन्नस एकत्र मिसळून ठेवावे. ८ ते १० मिनिटांनंतर दोन प्लॅस्टिक पेपरमध्ये थोडे मोठे चपटे (साधारण पुरीपेक्षा थोडे मोठे) वडे थापावे. मंद आचेवर कडक तळावे. खोबऱ्याच्या चटणीबरोबर खायला द्यावे.

केळी-नारळ पेढा

साहित्य

चण्याची डाळ दीड कप, मावा १ कप, साखर १ कप, नारळ १ नग, वेलची पूड छोटा पाव चमचा, सुका मेवा इच्छेनुसार, केशर, पिकलेली केळी २ नग, साजूक तूप १ चमचा.

कृती

प्रथम चण्याची डाळ साधारण दोन तास पाण्यात भिजवून ठेवावी. नंतर चण्याची डाळ उकडून घेऊन बारीक वाटावी. नारळ खवून घ्यावा. मावा तुपात परतून घ्यावा. एका भांड्यात साखर व पाऊण कप पाणी टाकून दोन तारी पाक तयार करावा. त्यात किसलेला नारळ, मावा, वाटलेली चण्याची डाळ, वेलची पूड, केशर टाकून मिश्रण एकत्र करावे. हे मिश्रण दाट होईस्तोवर शिजवावे. मिश्रण दाट होऊ लागल्यानंतर त्यात हळूहळू तूप सोडावे. मिश्रण हळूहळू भांड्यापासून वेगळे होऊ लागेल. नंतर मिश्रण आचेवरून खाली उतरून थंड करायला ठेवावे. त्यानंतर केळ्याच्या साली काढून टाकाव्यात. व केळ्याच्या गोल गोल चकत्या कराव्यात. थंड झालेल्या मिश्रणाचे गोळे बनवताना मध्ये एक-एक केळ्याची चकती ठेवून पेढ्याचा आकार द्यावा. सर्व पेढे तयार झाले की काजू, पिस्त्यांच्या चुऱ्याने सजवून खायला द्यावे.

गाजर पोंगुल

साहित्य

तांदूळ १ कप, भिजवलेली तूर डाळ अर्धा कप, गाजर व मटारचे दाणे १०० ग्रॅम, नारळ १, बारीक चिरलेला टोमॅटो १ नग, हळद १ छोटा चमचा, कोथिंबीर व पुदिना, भाजलेले काजू, मोहरी, तेल.

कृती

प्रथम नारळ फोडून खवून घ्यावा. एका भांड्यात दोन कप पाणी आणि खवलेला नारळ टाकावा. हे भांडे आचेवर ठेवून नारळाचे दूध तयार करावे. आले आणि मिरची वाटून घ्यावी. एका भांड्यात चार छोटे चमचे तेल गरम करून त्यात मोहरी टाकावी. त्यात गाजराचे तुकडे आणि मटार टाकून साधारण पाच मिनिटे मंद आचेवर शिजवावे. त्यानंतर त्यात वाटलेले आले, मिरची व टोमॅटोचे तुकडे, मीठ व हळद टाकावी. त्यावर झाकण व्यवस्थित ठेवावे. भाज्या शिजल्या की हे भांडे आचेवरून खाली उतरून बाजूला ठेवावे. त्यानंतर एका भांड्यात डाळ आणि तांदूळ एकत्र करून धुवून घ्यावे. त्यात नारळाचे दूध टाकावे. हे मिश्रण मंद आचेवर शिजत ठेवावे. नारळाचे दूध एक तृतीयांश आटल्यावर त्यात आधी शिजवून ठेवलेल्या भाज्या टाकाव्यात. हे सगळे मिश्रण आता एकत्र शिजत ठेवावे. तांदूळ व डाळ शिजल्यानंतर हे भांडे आचेवरून खाली उतरून ठेवावे. त्यावर चिरलेली हिरवी मिरची, कोथिंबीर व पुदिना घालावा. हा गाजर पोंगुल भाजलेल्या काजूने सजवावे आणि गरमच वाढावे.

तामिळनाडू

तामिळनाडूची राजधानी 'चेन्नई' ही देशातील चार महानगरांपैकी एक असून सागरतळासाठी प्रसिद्ध आहे. बंगालच्या खाडीच्या दक्षिण तटावर स्थित हे शहर अतिशय सुंदर असे आहे. चेन्नईला आधी 'मद्रास' या नावाने ओळखले जात असे.

तामिळनाडूमध्ये दक्षिण भारतीय कला, संस्कृती, प्राचीन रीतिरिवाज व परंपरेचे दर्शन होते, कारण इथल्या लोकांना आपल्या भाषा व संस्कृती फार प्रिय आहेत. इथले एक दर्शनीय ठिकाण म्हणजे कोडाईकॅनाल, जे पहाडांमध्ये वसलेले शहर आहे. इथल्या डोंगराचा अर्ध्याहून जास्त भाग फुलझाडे व फळझाडांनी भरलेला आहे. दुसरे ठिकाण म्हणजे उटी. तामिळनाडूमधले हे एक फार सुंदर पर्वतीय पर्यटनस्थळ आहे.

हे निलगिरी डोंगररांगांमध्ये वसलेले आहे. हे शहर तीन ते चार किलोमीटर अंतरावर पसरलेले आहे. त्यामुळे पूर्ण शहर अक्षरशः पायी फिरता येते. इथे चहाचे मळे व वनस्पती उद्यान आहे. तामिळनाडूच्या इतर दर्शनीय स्थळांमध्ये महाबलिपुरम् व जवळच असलेले अंदमान निकोबार द्वीप यांचा समावेश आहे.

तामिळनाडू हा प्रदेश तिथल्या खाद्य संस्कृतीसाठीसुद्धा प्रसिद्ध आहे. इथल्या काही पाककृती पूर्ण देशातच काय तर देशाच्या बाहेर सुद्धा आवडीने खाल्ल्या जातात. शाकाहार व मांसाहार इथे सम प्रमाणात दिसून येतो. इथले जेवण मसालेदार व चविष्ट असे असते. पुष्कळशा खाद्यपदार्थांत नारळ, चिंच व हिंग यांचा समावेश मोठ्या प्रमाणात दिसून येतो. इथले जेवण खोबरेल तेलात बनविले जाते. डोसा, इडलीबरोबर खाण्यासाठी वेगवगळ्या पद्धतीच्या चटण्यासुद्धा आपल्याला येथे आढळतात.

इथल्या रोजच्या जेवणात आपल्याला सांबार, भात, (मांसाहारी जेवणात मासोळी) व भाजी हे पदार्थ दिसून येतात. इथली एक प्रसिद्ध खासियत म्हणजे चेट्टीनाड चिकन जी संपूर्ण देशामध्ये मोठ-मोठी हॉटेल्स व रेस्टॉरन्टस्‌मध्ये दिसून येते.

कोईम्बतूरला एम्.जी. रोडला खाद्यपदार्थांची बरीच दुकाने आहेत, त्यातले अगदी पारंपरिक पद्धतीचे रेस्टॉरंट म्हणजे 'अन्नपूर्णा रेस्टॉरंट'. इथे पारंपरिक दाक्षिणात्य पदार्थ तामिळनाडू मिळतात, वातावरण अगदी घरच्यासारखेच असते. पारंपरिक वेशभूषा धारण करून इथली मंडळी शांतपणे हसऱ्या चेहऱ्याने काय हवे नको ते विचारत होती. चौकशी केल्यानंतर असे कळले की, ही सर्व मंडळी देवळातील भक्त मंडळी होती. इथल्या पदार्थांना एक वेगळीच चव होती, ती अर्थात या मंडळींनी ते तयार केले असल्यामुळे आलेली होती. इथे जाऊन जेवणे हा एक वेगळा अनुभव आहे. हे रेस्टॉरंट कोईम्बतूरपासून थोडे दूर आहे व इथे थाळी पद्धतीचे दक्षिण भारतीय मांसाहारी पदार्थ मिळतात. एकाच थाळीत तुम्हाला दोन-तीन प्रकारचे मासे, मटण, चिकन चाखायला मिळते.

कोईम्बतूरहून पुण्याला जाताना वाटेत दावणगिरी नावाचे गाव लागते. तिथला शिरा, त्याला ते केशरी भात म्हणतात, याची चव अप्रतिम असते. इथला डोसा तर प्रसिद्ध आहे. यामध्ये उडदाची डाळ, तांदूळ व मुरमुरे मिसळलेले असतात. शुद्ध दावणगिरी लोण्याबरोबर याचे मीलन घडवून ते आपल्या पुढे आणल्यावर भूक लागली नसताना सुद्धा तीन-तीन डोसे आपण सहज खातो. या डोशाचे वैशिष्ट्य म्हणजे इथे फक्त चटणी आणि बटाट्याची भाजी देतात. या चटणी किंवा भाजीत

जायफळाचा वापर केलेला असतो. हा डोसा थोडा जाड असतो व स्पंजसारखा जाळीदार असतो. त्यांच्या छिद्रांमध्ये भरपूर लोणी असल्यामुळे डोसा खाल्यावर तुम्हाला झोप लागायलाच पाहिजे.

मद्रासी पकोडा

साहित्य

रवा १ वाटी, चण्याच्या डाळीचे पीठ १ वाटी, डालडा किंवा वनस्पती तूप अर्धी वाटी, ओल्या खोबऱ्याचे तुकडे ४, कोथिंबीर, बारीक चिरलेले आले १ चमचा, कांदा १ वाटी, बारीक चिरलेली हिरवी मिरची, चवीनुसार भाजून भिजवलेली उडदाची डाळ २ चमचे, जिरे १ चमचा, तेल तळायला, खायचा सोडा छोटा अर्धा चमचा.

कृती

वरील सर्व जिन्नस एकत्र करून त्यात सोडा घालावा व थोड्या गरम पाण्याने भिजवावे. पाण्याच्या हातानी गोल गोळे करून तळावे. अल्लम पचडीबरोबर वाढावे.

टीप

- वडे तळताना तेल व्यवस्थित गरम करावे. तेल योग्य प्रमाणात तापले नसेल तर सोडा व डालडा घातल्यामुळे वडे फुटण्याची भीती असते.

मेथी डोसा

साहित्य

उडदाची डाळ २०० ग्रॅम, मेथी दाणे ५० ग्रॅम, तांदूळ १ किलो.

कृती

उडदाची डाळ, मेथी दाणे व तांदूळ वेगवेगळे भिजत ठेवावे. उडीद डाळ व मेथी मिक्सरमध्ये बारीक करावे. त्यानंतर त्यामध्ये पुरेसे पाणी घालावे व ते मिश्रण पातळ बनवावे. त्यानंतर तांदूळही बारीक करावे व ते उडीद व मेथीच्या मिश्रणात मिसळून रात्रभर ते मिश्रण तसेच राहू द्यावे. त्यात मीठ व थोडेसे पाणी घालून ते मिश्रण डोश्याच्या पिठाप्रमाणे बनवावे व पीठ पॅनमध्ये सोडून डोसे तयार करावे.

सेवया पायसम् (शेवई खीर)

साहित्य

शेवया पाव किलो, तूप १ मोठा चमचा, दूध ५ कप, साखर अर्धा कप, केशर १ चिमूट, वेलची पूड अर्धा चमचा.

साहित्य (सजावटीकरिता)

किसमिस पाव कप, बदाम काप पाव कप

कृती

शेवयांमध्ये तूप नीट मिसळावे. त्या न झाकता ३ मिनिटे उच्च दाबावर (९००W/max/१००%) मायक्रोवेव्हमध्ये तांबूस रंग येईपर्यंत ठेवाव्यात. दर १ मिनिटाने शेवया परताव्या.

आता मायक्रोवेव्हच्या काचेच्या बाउलमध्ये दूध झाकून ३ ते ४ मिनिटे उच्च दाबावर (९००W/max/१००%) गरम करावे. उकळी आल्यास त्यात परतलेली शेवई घालून मायक्रोवेव्हमध्ये उच्च दाबावर ३ ते ४ मिनिटे ठेवावे. आता साखर, वेलची पावडर आणि केशर मिसळून पुन्हा एकदा मायक्रोवेव्हमध्ये उच्च दाबावर अर्धा मिनिट ठेवावे. किसमिसला तूप लावून मायक्रोवेव्हमध्ये न झाकता अर्धा ते एक मिनिट उच्च दाबावर ठेवावे. बदाम काप, किसमिस आणि चांदी वर्खानी खिरीची सजावट करून गरमागरम वाढावे.

अवीयल

साहित्य

गाजर, कोहळा, फरसबी, काकडी २ वाट्या, नारळाचे दूध २ वाट्या, हळद पाव चमचा, हिरवी मिरची, कोथिंबीर, आले, लसूण पेस्ट २ चमचे, घुसळलेले घट्ट दही, नारळाचे तेल २ चमचे, कढीपत्ता, मोहरी, लाल मिरच्या २ ते ३.

कृती

सर्व भाज्या आकाराने सारख्याच कापून घ्याव्या. नंतर नारळाच्या दुधात हळद व भाज्या घालून, हिरवा मसाला घालून शिजवून घ्याव्या. घुसळलेले दही घालून त्यात नारळाचे तेल, कढीपत्ता, मोहरी, लाल मिरच्या घालून लेमन राईसबरोबर खायला द्यावे.

चेट्टीनाड चिकन

साहित्य

चिकन १ किलो, कांदे २ वाट्या, टोमॅटो १ वाटी, लवंग, लसूण, आले, मिरे २ चमचे, जिरे २ चमचे, धणे पावडर पाव वाटी, तिखट, चिंच, मीठ चवीनुसार, तेल.

कृती

सर्वप्रथम चिकन धुवून त्याचे तुकडे करून घ्यावे. एकीकडे आले व लसूण एकत्र ठेचून घ्यावे. मिरे, जिरे व बडीशेप एकत्र भरडून घ्यावे. ही पावडर एकदा परतून बाजूला ठेवावी. एका पॅनमध्ये तेल घेऊन त्यात लवंगा, कांदा व टोमॅटो परतून घ्यावे. नंतर त्यात ठेचलेले आले-लसूण घालावे. या मिश्रणात चिकनचे तुकडे व थोडी हळद घालावी. १० मिनिटे शिजू द्यावे. नंतर त्यात मिरची, धणे पावडर व मीठ घालून नीट एकत्र करून घ्यावे. नंतर त्यात चार वाट्या पाणी घालून उकळू द्यावे. चिकन जेव्हा अर्धे शिजेल तेव्हा त्यात परतलेली मिरी, जिरे व बडीशेप पावडर घालावी व नीट एकत्र करावे. ग्रेव्ही जेव्हा घट्ट होईल तेव्हा गॅस बंद करावा. गरम खावयास द्यावे.

ब्रेडचे उत्तपम्

साहित्य

मिक्सरवर काढलेला ब्रेडचा रवा २ वाट्या, कणिक १ चमचा, दही अर्धी वाटी, लांब चिरलेला कांदा, कोथिंबीर, तेल, मीठ चवीनुसार.

कृती

ब्रेडच्या रव्यामध्ये कणिक, मीठ, दही मिसळून घट्टसर भिजवावे. तव्यावर उत्तपमसारखे पसरून त्यावर कांदा, कोथिंबीर पसरून दोन्ही बाजूंनी खरपूस भाजावे. ब्रेड फुगवलेला असल्यामुळे तो छान जाळीदार होतो. थोडे तेल किंवा बटर घालून खोबऱ्याच्या चटणीबरोबर खायला द्यावे.

ऑनीवडा

साहित्य

उडदाची डाळ २ वाट्या, कांद्याच्या चकत्या ८ ते १०, हिरवी चटणी, (आले, लसूण, हिरवी मिरची, कोथिंबीर) बेसन १ वाटी, कॉर्न स्टार्च आवश्यकतेनुसार, तेल तळायला, सोडा २ चिमूट.

कृती

कांद्याच्या चकत्यांचा मधला भाग काढून घ्यावा. म्हणजे त्याचा आकार सांबार वड्यांसारखा होईल. कॉर्न स्टार्च, उडदाची डाळ, मीठ एकत्र करून त्याला हिरवी मिरची, मीठ, सोडा घोळून ठेवावा. काही वेळानंतर ते भिजवावे. नंतर या पिठात कांद्याची चकती बुडवून डीप फ्राय करावे. सॉसबरोबर खायला द्यावा.

रेशमी कबाब

साहित्य

पनीर किंवा मश्रूमचा खिमा २०० ग्रॅम, भिजवलेली चणा डाळ १०० ग्रॅम, आले-लसूण पेस्ट, हळद, तिखट चवीनुसार, धणे-जिरे पावडर, जायफळ पावडर छोटा अर्धा चमचा, मीठ चवीनुसार, कोथिंबीर.

कृती

पनीर किंवा मश्रूमचा खिमा, चणा डाळ, हळद व मीठ घालून एकत्र शिजवून घ्यावे. त्यानंतर त्यात सर्व मसाले घालून एकजीव करावे. नंतर मिश्रण सळईला लावून मंद आचेवर शेकावे. मधून तेलाचे ब्रशिंग करावे. कचुंबर, चटणीबरोबर खायला द्यावे.

आंध्र प्रदेश

आंध्र प्रदेशची राजधानी हैद्राबाद. हे मूसा नदीच्या किनारी वसलेले शहर. हैद्राबादला 'भारताची सायबर राजधानी' सुद्धा म्हटले जाते. आंध्र प्रदेशची मुख्य भाषा तेलुगू ही आहे. परंतु येथे इंग्रजीसुद्धा मोठ्या प्रमाणात बोलली जाते. येथे शिक्षणाला फार जास्त महत्त्व दिले गेले आहे. त्याचबरोबर कला संस्कृतीला सुद्धा मान दिला गेला आहे. लोकनृत्यामध्ये कुचीपुडी हे आंध्र प्रदेशाचे वैशिष्ट्य आहे.

आंध्र प्रदेशच्या मुख्य उद्योगांमध्ये ऑटोमोबाईल, ऑटो कम्पोनंट, साखर कारखाना, केमिकल व मसाले उद्योग यांचा समावेश होतो.

येथील काही प्रेक्षणीय ठिकाणे म्हणजे हुसैन सागर सरोवर, गोवळकोंडा दुर्ग, चारमिनार, सालारजंग संग्रहालय, रामोजी फिल्म सिटी.

आंध्र प्रदेश खास करून हैद्राबादी मोत्यांच्या दागिन्यांसाठी प्रसिद्ध आहे. तशीच येथील बिर्याणी सुद्धा फार प्रसिद्ध आहे. इथल्या खाद्य संस्कृतीमध्ये आपल्याला एकीकडे नबाबी थाट दिसून येतो. तर दुसरीकडे 'स्ट्रीट फूड'ची मजा सुद्धा घेता येते. आंध्र प्रदेशमध्ये हिंदू, मुस्लीम अशा दोन्ही धर्मांचे लोक मोठ्या प्रमाणात असल्यामुळे इथल्या खाद्य संस्कृतीत सुद्धा शाकाहार व मांसाहार बरोबरीने दिसून येतो. हैद्राबादच्या संस्कृतीवर अनेकांचा प्रभाव आहे. पुरातन तेलुगू संस्कृतीत मुस्लिम, पर्शियन, मोगल, मराठे, कर्नाटकी, इंग्रजी आणि फ्रेंचांची भर पडली. त्यांनी येथे आपली स्वतःची दख्खनी उर्दू चालू केली. काही संकटे सोडली तर हैद्राबादमध्ये शांतता असल्याने तेथील लोक विलासी होते. त्यांना त्यामुळे निरनिराळे पदार्थ बनवायची सवय लागली. त्यातले काही पदार्थ सर्वसामान्यांनाच नव्हे तर जागेच्या अडचणीमुळे श्रीमंतांनाही घरी बनवणे शक्य नाही. चला तर, तेथील खाद्य संस्कृतीचा आस्वाद घेऊ या.

हैद्राबादी मुद्दा भाजी

काही पदार्थांची नावे काही विशिष्ट शहरांचे प्रतिनिधित्व करतात. जसे, कोल्हापुरी चिकन, काश्मिरी पुलाव, पींडी छोले, कंधारी नान, काकोरी कबाब तशीच ही हैद्राबादी मुद्दा भाजी अतिशय साधी पण एक छान प्रकार.

साहित्य

शिजवलेल्या तुरीच्या डाळीचे घट्ट वरण २ वाट्या, चण्याच्या डाळीचे पीठ २ चमचे, बारीक चिरलेला पालक १ वाटी, लसूण २ नग, हिरवी मिरची, मोहरी, कोथिंबीर, हिंग, चिंच, गूळ, मीठ चवीनुसार.

कृती

प्रथम तुरीच्या डाळीचे वरण व बारीक चिरलेला पालक एकत्र करून घोटून त्यात चवीनुसार मीठ, चिंच, गूळ घालावे वरून चण्याच्या डाळीचे पीठ थोडे-थोडे करून पेरावे. सर्व जिन्नस एकत्र झाल्यावर वरून फोडणी घालावी. फोडणीसाठी तेल वापरून त्यात मोहरी तडतडल्यावर लसूण, मिरची, हिंग घालून थोडे लाल तिखट घालून ही फोडणी भाजीवर घालावे.

टीप

- ही भाजी शिळ्या पोळीबरोबर छान लागते.

सिंटकाई पचडी

साहित्य
गाभुळलेली चिंच (हिरवी चिंच) १ वाटी, हिरवी मिरची १/२ वाटी, मीठ २ चमचे, मोहरी १ चमचा, हिंग १/४ चमचा, गूळ १ चमचा, आले-लसूण पेस्ट १ चमचा.

कृती
हिरवी मिरची, चिंच, मीठ, गूळ एकत्र वाटून ठेवावे. ज्यावेळी आपल्याला चटणी हवी असेल त्यावेळी वरून हिंग, मोहरीची फोडणी द्यावी.

चिकन ६५

साहित्य
बोनलेस चिकनचे तुकडे २ वाट्या, कॉर्न स्टार्च अर्धी वाटी, मैदा २-३ चमचे, अजिनोमोटो अर्धा चमचा, फेटलेले अंडे १ नग, आले -लसूण पेस्ट १ चमचा, लाल-केशरी रंग पाव चमचा, मीठ चवीनुसार, हळद, तिखट चवीनुसार, व्हिनेगर २ चमचे, हिरव्या मिरच्यांचे तुकडे २ चमचे, कढीपत्त्याची पाने, जिरे, मोहरी, हिंग फोडणीसाठी, ओले खोबरे, टोमॅटो सॉस ३ चमचे, चिली सॉस १ चमचा, सोया सॉस १ चमचा, बारीक चिरलेला लसूण अर्धा चमचा, तेल तळायला.

कृती
सर्वप्रथम चिकनच्या तुकड्यांना आले-लसूण पेस्ट, व्हिनेगर व मीठ यामध्ये तासभर मॅरीनेट करून ठेवावे. त्यानंतर यात कॉर्नफ्लोअर, फेटलेले अंडे, मैदा, रंग एकत्र करून थोडे पाणी घालावे. नंतर त्याचे पकोडे काढून फ्राय पॅनवर थोडे तेल घेऊन त्यात लसूण परतावा. नंतर तिन्ही सॉस एकत्र करून यात घालावे व लगेचच तळलेले चिकनचे तुकडे घालून मिसळावे. वरून हिंग, मोहरी, जिरे, कढीपत्ता, हिरवी मिरचीची फोडणी घालून वरून ओले खोबरे व कोथिंबीर घालून लगेच वाढावे.

टीप

- चिकनऐवजी फ्लॉवर, पनीर, गाजर, सिमला मिरची इत्यादी भाज्या घालून 'व्हेज ६५' करू शकतो. त्यावेळी अंड्याच्या ऐवजी पाव चमचा बेकींग पावडर घालावी.

बगारी बैगन

साहित्य

लहान आकाराची वांगी पाव किलो, कांदे २ नग, वाटलेले आले १ चमचा, तूप २ चमचे, टोमॅटो २ नग, पांढरे तीळ २५ ग्रॅम, नारळाचा कीस २५ ग्रॅम, मीठ चवीनुसार, साखर १ चमचा, साय (आवश्यकतेनुसार), धणेपूड १ चमचा, तिखट १ चमचा, जिरे अर्धा चमचा, आमचूर छोटा अर्धा चमचा, गरम मसाला छोटा अर्धा चमचा.

कृती

वांगी स्वच्छ धुवून, वांग्याच्या एका टोकापासून दुसऱ्या टोकापर्यंत उभेआडवे चिरे द्यावे. मात्र देठाकडून वांगे शाबूत राहायला हवे. त्याचे तुकडे होणार नाहीत याची काळजी घ्यावी. टोमॅटो धुवून त्याचे तुकडे करावे. एका कढईत दोन मोठे चमचे तूप टाकून त्यात चिरलेला कांदा, वाटलेला लसूण व आले घालावे. चांगले खरपूस परतून घ्यावे. नंतर त्यात टोमॅटो व मीठ घालावे. सोबतच तिखट, धणेपूड, आमचूर, जिरे, किसलेला नारळ, मीठ व मसाला टाकावा. त्यानंतर त्यात साखर घालून आवडत असल्यास सायही घालावी. थोडा वेळ आचेवर शिजवून खाली उतरवावी. हा मसाला किंचित रसदार असेल. त्यानंतर वांग्यांमध्ये मीठ, तिखट, कोथिंबीर, आमचूर, नारळाचा कीस, तीळ एकत्र करून भरावे. ही भरली वांगी मंद आचेवर एक चमचा तुपात तळावे. तळल्यावर ही वांगी आधी तयार केलेल्या मसाल्याच्या मिश्रणात टाकून साधारण दोन-तीन मिनिटे शिजवावे. वरून गरम मसाला घालून नंतर खायला द्यावे.

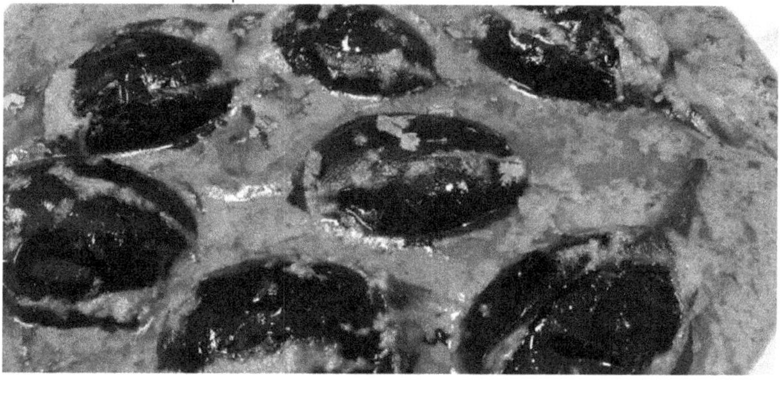

अल्लम पचडी (आंध्र प्रदेशातील चटणी)

साहित्य

चिंचेचा घट्ट कोळ १ वाटी, आल्याचे वाटण १ वाटी, लाल मिरचीचे वाटण १/२ वाटी, गूळ १/२ वाटी, उडदाची भाजून वाटलेली डाळ २ चमचे, मीठ चवीनुसार. (मिठाची मात्रा गरजेपेक्षा कमी झाली तर चटणी टिकणार नाही. ही चटणी वर्षभर सुद्धा राहते.)

कृती

सर्व पदार्थ मिक्सरमध्ये किंवा पाटा-वरवंट्यावर एकजीव करावे. ही चटणी आंध्रात डोसा, इडली, मेदूवडा इत्यादीबरोबर खोबऱ्याच्या. चटणीसह देतात.

हैद्राबादी मटण बिर्याणी

साहित्य

बासमती तांदूळ अर्धा किलो, कोवळे मटण १ किलो, दही १ वाटी, आले-लसूण पेस्ट ३ चमचे, ५ कांदे (उभे पातळ चिरून), काजू १२ नग, लाल सुक्या मिरच्या (भिजवून वाटलेल्या), बडीशेप पाव चमचा, मीठ चवीनुसार.

कृती

प्रथम मटण धुवून दही, आले-लसूण, थोडे मीठ लावून २ तास ठेवावे. भरपूर तुपात पातळ चिरलेले कांदे तळून घ्यावे. तळलेला कांदा पाव भाग काढून ठेवावा. उरलेल्या तुपात काजू व मिरचीची पेस्ट परतावी. मग त्यात पाव चमचा बडीशेप व मटण घालून चांगले परतावे. मीठ व सव्वा वाटी पाणी घालून मटण शिजवावे.

बिर्याणी : थोड्या तुपात ५ हिरवे वेलदोडे, ५ लवंग, थोडी जायपत्री व धुतलेले तांदूळ घालावे. मीठ व पाणी घालून अर्धा कच्चा भात तयार करून थंड करावा. काढून ठेवलेला कांदा, कोथिंबीर व थोडा पुदिना चिरून एकत्र करावे. मटण, भात, कांदा आणि पुन्हा मटण असे थर द्यावे. शेवटी पाऊण कप दुधात केशर अथवा केशरी रंग घालावा. त्यातच १ थेंब केवडा इसेन्स घालून शिंपडावा. झाकणाच्या बाजूने कणिक लावून बंद करावा. गॅसवर ७-८ मिनिटे गरम करावे. रायत्याबरोबर वाढावे.

हैद्राबादी मटण तारा

साहित्य

मटण अर्धा किलो, आले-लसूण वाटण २ चमचे, तिखट २ चमचे, धणेपूड २ चमचे, हळद चमचाभर, किसलेले खोबरे पाव वाटी, खसखस पाव वाटी, काजू १०-१२, किसलेले पनीर १ वाटी, तेल व मीठ, गरम मसाला पूड १ चमचा, कांदे ३ नग, चिरलेले टोमॅटो ३ नग.

कृती

मटण धुवून त्याला आले-लसूण वाटण लावून तासभर ठेवावे. भांड्यात तेल गरम करून त्यात चिरलेला कांदा परतून घ्यावा. कांदा मऊ झाल्यावर त्यात मटण घालावे. राहिलेले मसाल्याचे जिन्नस घालून तेल सुटेपर्यंत परतून घ्यावे. पाणी घालून मटण शिजवावे. वाढताना वरून किसलेले पनीर घालावे.

झटपट कबाब (हैद्राबादी)

साहित्य

खिमा अर्धा किलो, आले-लसूण वाटण २ चमचे, तिखट २ चमचे, हळद अर्धा चमचा, गरम मसाला पूड १ चमचा, चिरलेले कांदे २ नग, कोथिंबीर चिरलेली अर्धी वाटी, लिंबाचा रस, सोयाबीन पीठ अर्धी वाटी, पुदिन्याची पाने अर्धी वाटी (सजविण्यासाठी), मीठ, तळण्यासाठी तेल.

कृती

खिमा धुवून त्यात वरील सर्व मसाल्याचे साहित्य, कांदा, आले-लसूण वाटण घालावे. त्यात पाणी न घालता सोयाबीन पीठ मिसळून कणकेप्रमाणे गोळा तयार करावा. मिश्रणाचे छोटे गोळे करावे. इडली पात्रात किंवा चाळणीवर हे गोळे मऊ उकडून घ्यावेत. गरम झाल्यावर तेलात तळावेत. सॉस किंवा चटणीबरोबर खायला द्यावे.

खमिरी रोटी

साहित्य

मैदा पाव किलो, दूध पाव कप, पिठी साखर १ चमचा, मीठ चवीनुसार, तेल पाव कप, तूप ४ चमचे.

कृती

प्रथम मैदा चाळून घ्यावा. त्यातला तीन चमचे मैदा बाजूला काढून ठेवावा. नंतर त्या मैद्यात पिठीसाखर, मीठ आणि दूध घालून मिश्रण चांगले एकत्र मळून घ्यावे. मैद्याचा गोळा थोडा सैलच ठेवावा. पाणी मात्र आवश्यकतेनुसार घालावे. हा मळलेला मैद्याचा गोळा जवळपास ८-१० तास ओल्या कपड्याने झाकून ठेवावा. उरलेला मैदा व तेल साधारण ८-१० तासानंतर मळलेल्या मैद्यात मिसळून गरजेप्रमाणे त्यात पाणी घालून पिठाचा मऊसर गोळा तयार करावा. तेलाच्या साहाय्याने मैद्याच्या पोळ्या लाटून तव्यावर तूप सोडून भाजावे. या गरमागरम पोळ्या मटणाबरोबर खायला द्याव्या.

म्हैसूर बोंडा

साहित्य

मैदा २ वाट्या, यीस्ट १० ग्रॅम, दूध भिजवायला, साखर १ चमचा, मीठ अर्धा चमचा, तेल तळायला.

कृती

मैद्यामध्ये दूध, मीठ, दोन चमचे तेल व यीस्ट घालून दहीवड्यासारखे भिजवून २० मिनिटे फरमेंट करावे. नंतर त्याचे बटाटेवड्यासारखे गोल-गोल वडे तळून अल्लम पचडीबरोबर किंवा खोबऱ्याच्या चटणीबरोबर खायला द्यावे.

टीप

- यीस्ट ॲक्टिव्हेट करण्यासाठी यीस्टमध्ये अर्धा वाटी कोमट पाणी घालून अर्धा चमचा साखर व अर्धा चमचा मैदा घालून १० मिनिटे उन्हात ठेवावे. फसफसून वर आल्यावर हे यीस्ट वापरायला घेऊ शकता.

ओडिशा

भारताच्या पूर्व सागर किनाऱ्यावर वसलेल्या ओडिशा राज्याची राजधानी 'भुवनेश्वर' हे एक ऐतिहासिक व निसर्गतः सुंदर शहर आहे. वास्तुकलेसाठी सुद्धा हे शहर प्रसिद्ध आहे. इथली प्राचीन मंदिरे व शिल्पकला प्रेक्षणीय आहे. जवळच असलेल्या भुवनेश्वर येथे ग्रॅनाईटपासून तयार केलेले सुवर्णमंदिर आहे.

ओडिशामधील पुरी (जगन्नाथ पुरी) हे चार पवित्र धामांपैकी श्री जगन्नाथाचे धाम आहे. इथे भारतातील सर्वांत मोठा रथोत्सव साजरा केला जातो. आदि शंकराचार्यांनी येथे गोवर्धन पीठाची स्थापना केली आहे. तसेच इथे एक रमणीय समुद्रकिनारा आहे.

भारतातील सर्वांत मोठे सरोवर 'चिल्का सरोवर' ओडिशामध्ये आहे. हे बंगालच्या उपसागराच्या किनाऱ्यावर स्थित आहे. या सरोवरात अनेक बेटे विखुरलेली आहेत. येथे विविध देशांच्या पक्ष्यांचा निवास असतो.

ओडिशामधील खाद्यपदार्थ तसे साधे पण चविष्ट असतात. पण त्यांचा प्रकार मात्र आजूबाजूच्या प्रांतासारखाच असतो. त्याचे कारण म्हणजे दोन्ही प्रदेशांमधील वातावरण व आवडीनिवडी. इथल्या जेवणाचे एक वैशिष्ट्य असे की हे 'लो कॅलरी' असते कारण हे कमीत कमी तेलात बनविलेले असते. तसेच दही व नारळाचे दूध इथे स्वयंपाकात जास्त प्रमाणात वापरले जाते. 'पंचफुटाना किंवा पंचफोरन' हा मसाला जवळपास प्रत्येक मसाल्याच्या पदार्थामध्ये वापरला जातो.

ओडिशा आणि बंगाली भोजन जवळपास सारखेच मानले जाते. पण त्यांचा स्वाद मात्र एकमेकांपेक्षा वेगळा असतो. तांदूळ हे दोघांच्याही भोजनातील मुख्य अन्न आहे. पक्कलभात ही येथील प्रसिद्ध पाककृती आहे. हा प्रकार एक दिवस आधीचा भात- बटाट्याबरोबर तळून बनविण्यात येतो. याबरोबर आमरस, बटाट्याचे भरीत, बडीचुळा (एक मसालेदार पदार्थ), पोईसाग इत्यादी पदार्थ जेवणात तोंडी लावून खातात.

छेना जिलबी

साहित्य

छेना २ कप,
मैदा अर्धा कप,
साखर १ कप,
बेकिंग पावडर अर्धा चमचा, तूप १ मोठा चमचा,
गुलाबजल,
तळण्याकरिता तेल.

कृती

छेना (नासलेल्या दुधाचा चोथा) मधून पाणी काढून घ्यावे. त्यात मैदा, बेकिंग पावडर व तूप घालावे. चांगले एकत्र करावे व अर्धा तास तसेच ठेवावे. त्यानंतर या मिश्रणाचे १० भाग करून घ्यावे. प्रत्येक भागाला रोल करून त्याला जिलबीचा आकार द्यावा. एकीकडे एक कप पाण्यात साखर घालून पाक तयार करून घ्यावा. पॅनमध्ये तेल तापवून जिलबी मंद आचेवर तळून घ्याव्यात व पाकात टाकून पाक निथळल्यावर खायला द्याव्या.

पोटाला रसा

साहित्य

परवल १० नग, बटाटा २ नग, कांदा २ नग, आले १ लहान तुकडा, गरम मसाला १ चमचा, जिरे १ चमचा, किसलेला नारळ १ वाटी, तेल अर्धा वाटी, मीठ, हळद चवीनुसार.

कृती

किसलेल्या खोबऱ्याची पेस्ट करून घ्यावी व त्यात तीन कप कोमट पाणी घालावे. त्यानंतर त्याचे दूध काढून बाजूला ठेवावे. कांदा, आले व जिरे एकत्र करून त्याची पेस्ट करून घ्यावी. परवल सोलून त्याचे दोन तुकडे करून घ्यावे. नंतर बटाटा चिरून घ्यावा. एका पॅनमध्ये तेल गरम करून त्यात बटाटे, परवल, मीठ व हळद घालावी. थोडा वेळ झाकण लावून शिजू द्यावे. त्यानंतर लालसर होईपर्यंत परतून घ्यावे. मसाल्याची पेस्ट व पूड घालून पुन्हा परतून घ्यावे. सर्वांत शेवटी नारळाचे दूध व किसलेला नारळ घालून शिजेस्तोवर उकळून घ्यावे.

कडाली भाज्या

साहित्य

कच्ची केळी २ नग, मोहरी १ चमचा, लाल मिरच्या ४ नग, लसूण कळ्या ६ नग, सरसूचे तेल अर्धा कप, हळद १ चमचा, मीठ चवीनुसार.

कृती

केळ्यांच्या साली काढून त्यांच्या चकत्या करून घ्याव्यात. नंतर अर्धा कप पाणी उकळून त्यात हळद, मीठ व केळीच्या चकत्या टाकाव्या. शिजल्यावर पाण्यातून काढून घ्याव्या. मोहरी, लसूण व मिरचीची पेस्ट करून घ्यावी. नंतर एका पॅनमध्ये तेल तापवून त्यात केळीच्या चकत्या व मसाल्याची पेस्ट घालावी. सोनेरी होईपर्यंत परतून घ्यावी.

टीप

- केळीच्या चकत्या साल सोडून करायला त्रासदायक होतात. त्यापेक्षा हळद आणि मिठाच्या पाण्यात कच्ची केळी उकळून घेतली तर त्याची साल लवकर निघते.

मूग दालमा

साहित्य

मूग डाळ अर्धा कप, जिरे अर्धा चमचा, किसलेले आले १ चमचा, शुद्ध तूप १ चमचा, जिरे पावडर १ चमचा, वाळलेली लाल मिरची २ नग, तिखट-मीठ चवीनुसार, कापलेल्या मिश्र भाज्या १ कप (लाल कोहळा, बटाटा, कच्ची पपई, सरसू, मुळा)

कृती

सर्वप्रथम फ्राय पॅनमध्ये थोडे तूप घालून मूग डाळ परतून घ्यावी. त्यानंतर पाण्यात भिजवून बाजूला ठेवा. प्रेशर कुकरमध्ये तूप टाकून जिरे, लाल मिरच्या घालाव्यात. त्यानंतर किसलेले आले आणि मिश्र भाज्या घालून थोडे परतावे. त्यानंतर जिरे पावडर, तिखट व भिजवलेली मूग डाळ घालून थोडे पाणी घालावे. डाळ १५-२० मिनिटे कुकरमध्ये शिजवून घ्यावी. त्यानंतर व्यवस्थित घोटून चवीनुसार मीठ घालून भाताबरोबर खायला द्यावे. यालाच 'हब्बीशा दालमा' असेही म्हणतात.

पीठाऊ भाज्या

साहित्य

तांदूळ १ कप, जिरे १ चमचा, तमालपत्र २-३, लसूण पाकळ्या ४-५, किसलेले आले २ चमचे, हळद १ चमचा, तीळ १ चमचा, रिफाईंड ऑईल १ कप, मीठ चवीनुसार, बटाटा, वांगे, लाल कोहळा, कच्ची पपई, कोबी २ कप (सर्व भाज्या बारीक चिरून घ्याव्या)

कृती

तांदूळ भिजवून त्याची पेस्ट करावी. जिरे, तमालपत्र, आले, लसूणमध्ये पाणी घालून त्याची सुद्धा पेस्ट करावी. या दोन्ही पेस्ट एकत्र करून चवीनुसार मीठ घालून बाजूला ठेवावी. सगळ्या भाज्या पातळ कापून उकळत्या पाण्यात घालून लगेच काढाव्या. नंतर या भाज्या तांदळाच्या पिठात घालाव्या. एका खोलगट तव्यामध्ये तेल घालून त्यामध्ये भाज्यांचा एक-एक तुकडा पिठात बुडवून घालावा. दोन्ही बाजूंनी परतून घ्यावा. थोडक्यात ते कुरकुरीत परतून घ्यावे. गरम वरण भाताबरोबर खायला द्यावे.

लवंग लता

साहित्य

मैदा २ कप, साखर १ कप, तूप ४ मोठे चमचे, पाणी २ चमचे, जायफळ, वेलची पूड, लवंग, किसलेले खोबरे, काजू, बदाम, पिस्त्याचे तुकडे, किसमिस, तळण्याकरिता तेल.

कृती

एका पॅनमध्ये पाणी व साखर घालून उकळून दोन तारी पाक बनवावा. मंद आचेवर राहू द्यावा. मैदा, पाणी व तूप घेऊन घट्ट कणिक मळून घ्यावी व त्याच्या छोट्या-छोट्या पुऱ्या लाटून घ्याव्यात. या पुऱ्यांना लिफाफ्यासारखा आकार देऊन त्यात खोबरे, किसमिस, बदाम, काजू, पिस्ता, जायफळ पावडर व वेलची पूड एकत्र करून भरावे. लिफाफ्याची चौथी बाजू लवंगांनी बंद करावी. मंद आचेवर तळून घ्यावे. तयार केलेल्या पाकात बुडवून, पाक निथळल्यावर खायला द्यावे.

टीप

- अशाच प्रकारचा एक गोड पदार्थ लवंग लतिका या नावाने महाराष्ट्रात करतात. पण त्यात स्टफींग नसते.

काकेरा

साहित्य
कणिक १ कप, मैदा १ कप, तूप २ चमचे, साखर १ छोटा चमचा.

सारणाकरिता

साहित्य : अर्धा ओला नारळ, चारोळी १ चमचा, बेदाणे १ चमचा, बदामाचे काप १०-१५, वेलची पूड छोटा अर्धा चमचा, रवा पाऊण कप, साखर २ चमचे, तूप १ चमचा.

कृती
प्रथम सारण तयार करून घ्यावे. १ चमचा तुपात रवा भाजून त्यात खवलेला नारळ, चारोळी, वेलची पूड, बदामाचे तुकडे मिसळावे. शेवटी त्यात साखर घालावी. कणिक, मैदा व साखर चांगली एकत्र करून त्यात मोहन घालावे व दोन कप पाणी उकळवावे. उकळलेल्या पाण्यात वरील मिश्रण घालून मंद आचेवर घट्ट होईस्तोवर ढवळत राहावे. गॅसवरून उतरवल्यावर मिश्रण थंड होऊ द्यावे. थंड झाल्यावर लिंबाच्या आकाराचे गोळे बनवून पोळपाटावर पोळीप्रमाणे लाटावे. पोळीवर तयार केलेले सारण १-१ चमचा घालून वरच्या बाजूने तोंड बंद करावे (मोदकाप्रमाणे). गरम-गरम तुपात मंद आचेवर तळून घ्यावे.

संतुला

साहित्य
वांगी ५० ग्रॅम, बटाटे ५० ग्रॅम, कच्ची पपई ५० ग्रॅम, कांदा १ नग, लसूण पाकळ्या ७-८, किसलेले आले २ चमचे, मोहरी अर्धा चमचा, हिरव्या मिरच्या ३-४, तेल २ चमचे, दूध १ कप, मीठ चवीनुसार.

कृती
सगळ्या भाज्या चिरून घ्याव्या. चवीनुसार मीठ घालून पाण्यात उकळून घ्याव्या. एका फ्राय पॅनमध्ये तेल गरम करून मोहरी घालावी. त्यानंतर त्यात बारीक चिरलेला कांदा, आले-लसूण घालून परतून घ्यावे. त्यानंतर हिरवी मिरची व उकडलेल्या भाज्या घालून परतून घ्याव्या. त्यानंतर दूध घालून दोन-तीन मिनिटे शिजवावे. संतुला हे भाताबरोबर किंवा पोळीबरोबर सुद्धा खातात.

झिंगा रंबल डंबल

साहित्य

झिंगे पाव किलो, फ्लॉवर ५० ग्रॅम, किसलेले खोबरे ५० ग्रॅम, तळलेले अरवीचे तुकडे ५० ग्रॅम, कलौंजी छोटा अर्धा चमचा, गरम मसाला छोटा अर्धा चमचा, ओला कांदा किसलेला १ चमचा, हरभऱ्याची डाळ १ चमचा, गाजर ५० ग्रॅम, किसलेले टोमॅटो ५० ग्रॅम, उकडलेला बटाटा १ नग, चिंचेचा कोळ १० ग्रॅम, मीठ चवीनुसार, हिरव्या मिरच्या ३-४ नग, सिमला मिरची अर्धा नग, मटारचे दाणे १० ग्रॅम, तेल १०० ग्रॅम.

कृती

झिंगे साफ करून त्यांना दीड चमचा मीठ, चिंचेचा कोळ लावून एक तास ठेवावे. त्यानंतर एक चमचा तेल गरम करून त्यात कांदा व किसलेला टोमॅटो परतून भांड्यात ठेवावे. अरवी उकडून त्याचे छोटे-छोटे काप तळून घ्यावे. सिमला मिरची, बटाटा, गाजर आणि फ्लॉवर बारीक चिरून घ्यावे व मटारचे दाणे तेलामध्ये शिजवून घ्यावे. या सर्व भाज्या अर्धवट शिजल्यावर त्यात भाजलेला कांदा व टोमॅटोचे मिश्रण घालून चांगले परतावे. बेसन आणि कलौंजी तव्यावर भाजून भाज्यांमध्ये घालाव्या व परतून घ्यावे. एका कढईत तेल गरम करून त्यात मंद आचेवर झिंगे तळून घ्यावे. कढईतले झिंगे मऊ आणि सोनेरी रंगाचे झाले की भाज्यांमध्ये घालावे व त्यात मीठ, गरम मसाला मिसळावा. नंतर त्यात किसलेले खोबरे आणि एक चमचा तेल घालून ओव्हनमध्ये मध्यम तपमानावर १५ मिनिटे भाजा. चिरलेली कोथिंबीर वरून घालून गरम-गरम भाताबरोबर खायला द्यावे.

पश्चिम बंगाल

प्राचीन बंगालने असंख्य वैदिक राजवटी पाहिल्या. मौर्य आणि गुप्तांचे साम्राज्य अनुभवले. तेरा ते अठराव्या शतकाच्या दरम्यान मुघलांचे आधिपत्य सहन केले आणि अठराव्या शतकानंतर बंगाल हाही ब्रिटीशांच्या अंमलाखाली आला. नेपाळ, भूतान, बांगला देश अशा परक्या देशांशी आणि ओडिशा, झारखंड, बिहार, सिक्कीम आणि आसाम अशा आपल्याच राज्यांशी ज्याच्या सीमा जोडल्या गेल्या आहेत असा पश्चिम बंगाल अनेक अर्थांनी वैशिष्ट्यपूर्ण आहे.

येथे शेती हा मुख्य व्यवसाय केला जातो. या राज्यात प्रत्येकी चारपैकी तीन व्यक्ती प्रत्यक्ष किंवा अप्रत्यक्षपणे शेतीची कामे करताना दिसतात. पश्चिम बंगालमध्ये तांदूळ व गव्हाचे उत्पादन अधिक प्रमाणात होते. शेतीबरोबर औद्योगिक क्षेत्रांमध्येही पश्चिम बंगालने फार मोठी प्रगती केलेली आहे.

नवरात्र हा येथील महत्त्वाचा सण आहे. या व्यतिरिक्त काली पूजा, दिवाळी, वसंत पंचमी, होळी, जन्माष्टमी इत्यादी सण येथे साजरे केले जातात. बंगाली ही येथील मुख्य बोलीभाषा आहे. येथील पर्यटनस्थळ म्हणजे कोलकाता, सागर द्वीप, सुंदरबन, हुबळी, हावडा, जलपाईगुडी, सिलिगुडी, दार्जिलिंग, दुर्गापूर इत्यादी. दार्जिलिंग हे येथील मुख्य पर्यटनस्थळ आहे. इथे दरवर्षी हजारो लोक भेट देतात. येथील नैसर्गिक सौंदर्य पर्यटक लोकांना मनमोहित करणारे असे आहे.

पश्चिम बंगालवर अनेक राजा-महाराजांनी व विदेशी लोकांनी शासन केले. त्यामुळे येथील खाद्य संस्कृतीवर आपल्याला त्यांची छाप दिसून येते. तसेच येथे लाभलेला समुद्रकिनारा हाही त्यांच्या खाद्य संस्कृतीचा एक प्रमुख शिल्पकार आहे. कारण समुद्रकिनारा असल्यामुळे तेथे मत्स्योत्पादन अधिक प्रमाणात होते. मच्छी व भात हे येथील लोकांचे प्रमुख भोजन आहे. मांसाहारी जेवणाच्या बरोबरीने येथे शाकाहारी भोजन सुद्धा आपल्याला पाहायला मिळते. येथील मिठाई तर फार प्रसिद्ध आहे.

पश्चिम बंगालमध्ये मासे हा या लोकांच्या जेवणातील एक अविभाज्य घटक आहे. माशामध्ये अधिक प्रोटिन्स असल्यामुळे त्याचे सेवन करणे फार गरजेचे आहे. भारतातील अनेक प्रदेशांना समुद्रकिनारा लागून असल्याने मासेमारी हा व्यवसाय तिथे मोठ्या प्रमाणात होतो. आता तर समुद्र काठावरील लोक चक्क मत्स्यशेती करायला लागले आहेत. कोलकाता व त्याच्या आसपासच्या परिसरात मत्स्यशेती मोठ्या प्रमाणात होते. पाण्याच्या तलावात माशांना अनुकूल असे वातावरण निर्माण करून त्यात निवडक जातीच्या माशांची पिल्ले सोडावयाची व त्यांची जोपासना करून जास्तीत जास्त मत्स्योत्पादन करायचे म्हणजे मत्स्यशेती होय.

भारतात माशांच्या अनेक प्रजाती दिसून येतात. त्यामध्ये कोलंबी, बोंबील, पापलेट, हलवा, बांगडा, सुरमई, श्रिम्प हे प्रकार दिसून येतात. तसेच कोकणातही लोकांच्या जेवणात मासे भरपूर प्रमाणात बघायला मिळतात. येथील लोक मासे तळण्यासाठी पूर्वी खोबरेल तेल वापरत असत. आता आरोग्याच्या दृष्टीने खोबरेल तेलाचे प्रमाण कमी होत गेले आहे. तसे मासे पचायला अतिशय हलके असतात, म्हणून आहारात त्यांचा नेहमी समावेश असावा.

कोलकात्यात माशांबरोबरच बंगाली मिठाई देखील बरीच प्रसिद्ध आहे. मिठाईचे वेगवेगळे प्रकार त्याबरोबर मिष्टी दही म्हणजेच घट्ट दुधात गूळ/साखर घालून

लावलेले मलईचे दही. हे खास मातीच्या भांड्यात लावतात. त्यामुळे यात पाण्याचा अंश सुद्धा नसतो. तसा हा प्रकार कोलकात्यात सगळीकडे दिसून येतो, पण खास मिष्टी दही मला एका मारवाडी हलवायाच्या दुकानात खायला मिळाले. हे दुकान जुना कोलकाता भागात कपडा मार्केटजवळ आहे. मारवाडी मिठाईवाला असे जरी त्याचे नाव असले तरी तेथे आपल्याला तऱ्हेतऱ्हेच्या, वेलबुट्टी काढलेल्या बंगाली मिठाया मिळतील. ज्या पाहूनच आपल्या तोंडाला पाणी सुटेल अशा या मिठाया.

खरे म्हटले तर मारवाडी लोकांनी बंगाली मिठाई प्रसिद्ध केली, असे मी म्हणेन. याचे कारण असे की, मारवाडी हे खाण्याचे शौकीन व लग्नाच्या निमित्ताने ही मंडळी आपला शौक पूर्ण करतात. भारतातील वेगवेगळ्या भागातून मिठाई बनविणारे कारागीर आणून त्यांच्याकडून नवनवीन पाककृती करून त्या लोकांसमोर आणणे हा यांचा शौक. त्यामुळे बंगाली मिठाई लोकांसमोर आली. लोकांना आपला माल आवडतो आहे, असे समजल्यावर त्यांच्या डोक्यातून मिठायांचे नवनवीन प्रकार निघू लागले. हे सगळे प्रकार आपल्याला या मिठाईच्या दुकानात तर दिसतीलच, पण मिठाईवाली गल्लीमध्ये सुद्धा छोट्या-छोट्या खोमच्यांमध्ये हे प्रकार चाखायला मिळतील. मुख्यतः छेना आणि खव्याचा वापर करून हे लोक मिठाई बनवितात. सध्या यात बरीच विविधता दिसून येते. काजू कतलीचा बेस घेऊन त्यात वेगवेगळ्या सुक्या मेव्याचे स्टफींग करून वेगवेगळे आकार देऊन मिठाया बाजारात येऊ लागल्या आहेत. कोलकात्याच्या ईडन-गार्डन जवळ कोलकाता रोल नावाचा प्रकार मला दिसला. काही वर्षांपूर्वी एका छोट्या ठेल्यावर हा प्रकार मिळायचा, कालांतराने त्याचे मोठ्या वातानुकूलित दुकानात रूपांतर झाले. पण त्याचे वैशिष्ट्य असे की, त्याने जुना ठेला अजूनही सुरू ठेवला आहे. ठेल्यावर मिळणारा काठीरोल ३५ रुपयात तर तोच रोल वातानुकूलित दुकानात मात्र ८० रुपयात पडतो. दोन्हींकडे गर्दी मात्र प्रचंड.

जुन्या कोलकात्यामध्ये अजून एक प्रकार मला पाहायला मिळाला. त्या दुकानाचे नाव होते 'छोटे के मालपुवे'. या मागे एक गोष्ट लपलेली आहे. त्याच गल्लीत थोडे पुढे, नुसते मालपुव्याचे दुकान आहे. तेथे आपल्याला वेगवेगळ्या प्रकारचे मालपुवे मिळतात. दोघे भाऊ मिळून हे दुकान चालवायचे. काही दिवसांनी दोघा भावांचे आपापसांत न पटल्यामुळे दोघांनी आपली दुकाने वेगवेगळी केली. पण छोट्या भावाने वेगळे दुकान टाकताना मालपुव्याचा एक वेगळा प्रकार निर्माण केला. तो प्रकार लोकांना आवडला व छोटे के मालपुवे या नावाने तो प्रसिद्ध झाला. हा काहीसा इन्स्टंट मालपुव्याचा प्रकार

आहे. कोलकात्याला गेलात तर 'छोटे के मालपुवे' खाल्ल्याशिवाय येऊ नये ही नम्र विनंती. याबरोबर वेगवेगळ्या प्रकारच्या मिठाया, गुलाबजाम, मावा-बाटी इत्यादी उत्तर प्रदेशासारखी मिठाईची खाद्य संस्कृती येथे तयार झालेली आहे. चायना लेन मधले चायनीज पदार्थ हे तर सर्वांना माहीत असतील, पण गल्लोगल्ली मिळणारे दही आणि रसगुल्ले पाहून-पाहून आणि खाऊनखाऊन कंटाळा येतो.

इथे बंगाली लोकांच्या लग्नात जाण्याचा योग आला. त्यातही जास्त भर माशावर. बंगाली लग्नात आपल्याला 'पटवा' नावाचा एक वेगळा प्रकार पाहायला मिळेल. पटवा हा एक प्रकारचा सोहळा असतो. लग्नाच्या दिवशी सकाळी मुलीकडील मंडळी मुलाकडे व मुलाकडील- मुलीकडे कपडे, मिठाई, फळे व मोठ्यात मोठी मासोळी घेऊन जातात. ही मासोळी साधारणतः १० ते १२ किलोची असते. मासोळी जेव्हा देतात तेव्हा तिला छान सजवून, साडी/शालू घालून, नाकामध्ये चमकी इत्यादी दागिनेघालून तसेच तोंडात पानाचा विडा घालून देतात. हा बंगाली लोकांच्या लग्नातील अत्यंत हौसेने केला जाणारा प्रकार आहे. त्यानंतर ही मासोळी कापून त्याचे वेगवेगळे पदार्थ बनवून पाहुणे मंडळींना खाऊ घालतात. अशी गंमत असते वेगवेगळ्या प्रांतात, वेगवेगळ्या पद्धतीत. फक्त गरज असते ती आवडीने, शोधक नजरेने नावीन्य शोधण्याची आणि आपल्याला सापडले ते दुसऱ्यांना वाटण्याची.

मिष्टान्नामध्ये अनेक बंगाली प्रकार आपल्याला पाहायला मिळतात. चला तर, आपण बंगाली पदार्थांचा आस्वाद घेऊया.

शांतीशप्तपीठा (बंगाली)

साहित्य

तांदूळ २ वाट्या,
नारळाचे दूध २ वाट्या,
खजुराचा गूळ अर्धा वाटी, वेलची पावडर अर्धा चमचा.

कृती

सर्वप्रथम तांदूळ भिजवून ठेवावे. ते जाडसर वाटून घ्यावेत. त्याचे घावन बनवून एकाच आकाराचे रोल करून घ्यावेत. नारळाच्या घट्ट दुधात खजुराचा गूळ, वेलची घालून मिसळून घ्यावा. नंतर वरील रोल दुधात भिजवून खायला द्या.

टीप

- खजुराचा गूळ नसल्यास साधा गूळ टाकावा.

पोस्तो आलू

साहित्य

बटाटे पाव किलो, खसखस ६ छोटे चमचे, हिरव्या मिरच्या ४ नग, हळद चिमूटभर, मीठ चवीनुसार, मेथी, कलौंजी १-१ चिमूट, बडीशेप, मोहरी, जिरे, फोडणीकरीता लाल सुक्या मिरच्या २, तेल.

कृती

प्रथम बटाट्याची साले काढून त्याचे छोटे-छोटे तुकडे करावे. खसखस भिजवून वाटून घ्यावी. हिरव्या मिरच्याही वाटून घ्याव्या किंवा मिरचीचे छोटे-छोटे तुकडे करावे. नंतर कढईत तेल गरम करावे. त्यात फोडणीचे साहित्य व सुक्या लाल मिरच्या घालून फोडणी तयार करावी. नंतर त्यात बटाटा घालून साधारण परतून घ्यावे. त्यानंतर त्यात हळद, वाटलेली मिरची किंवा मिरचीचे तुकडे आणि खसखशीचे वाटण टाकावे. थोडे परतल्यावर त्यात मीठ व अर्धा कप पाणी घालून उकळवावे. हे मिश्रण मंद आचेवर शिजवावे. बटाटे शिजल्यानंतर हा पोस्तो बटाटा गरमागरम भाताबरोबर खायला द्यावा.

बंगाली छोटे चिंगरीर चोरचोरी (कोळंबी विथ व्हेजिटेबल)

साहित्य

सोललेली, साफ केलेली कोळंबी १ वाटी, छोटे बटाटे ४ नग, मोठे कांदे २ नग, मटारचे दाणे ३ चमचे, हळद १ चमचा, बारीक चिरून वाटलेल्या हिरव्या मिरच्या १ चमचा, सिमला मिरच्यांचे तुकडे २ नग, तेल ५ चमचे, कलौंजी अर्धा चमचा.

कृती

प्रथम कढईत तेल गरम करून त्यात कलौंजी घालून परतून घ्यावे. त्यात बटाट्याचे तुकडे घालून रंग बदलेपर्यंत परतावे. त्यात कांद्याच्या फोडी, हळद, तिखट, घालून चांगले परतावे. यात अर्धी वाटी पाणी घालून झाकण ठेवून शिजवावे. नंतर त्यात हिरव्या मिरच्या आणि चवीपुरते मीठ घालावे. जेव्हा बटाटे शिजतील आणि पाणी असेल तेव्हा त्यात कोळंबी घालावी. झाकण ठेवून सर्व मिश्रण वाफेवर शिजवावे. नंतर त्यात सिमला मिरची घालावी आणि परत झाकण ठेवून शिजवावे. ५-७ मिनिटात भाजी पूर्ण शिजेल.

दोई माछ

साहित्य
रोहू मासा किंवा हिलसा मासा १ किलो, दही १ वाटी, १ लिंबाचा रस, हिरव्या मिरच्यांचे तुकडे, मोहरी पावडर १ चमचा, आले १ इंच तुकडा, जिरे २ चमचे, काकडी १ नग, साजूक तूप १ मोठा चमचा, मीठ व साखर चवीनुसार.

कृती
माशाचे चौकोनी तुकडे करावे. (यात कोळंबीसुद्धा वापरता येते) पातेल्यात पाणी घेऊन त्यात थोडासा लिंबाचा रस व मीठ घालावे. उकळी आली की, त्यात स्वच्छ केलेले माशाचे तुकडे घालावे. साधारण शिजले की, लगेच पाण्यातून बाहेर काढावे. थंड होत आल्यावर हाताने दाबून त्यातील उरलेले पाणी काढून टाकावे व डिशमध्ये ठेवून सजवावे.
घट्ट दही घेऊन त्यात मोहरी पूड व आले (बारीक चिरलेले) मिसळावे. नंतर त्यात साखर व मीठ घालून मिश्रण एकजीव करावे. फ्राय पॅनमध्ये तूप गरम करून त्यात जिरे घालावे. ही फोडणी दह्यावर घालून चमच्याने दही हलके-हलके घेऊन माशावर पसरावे. नंतर त्यात पातळ चिरलेले मिरच्यांचे तुकडे पसरावे. जिरेपूड घालून काकडीसोबत खायला द्यावे.

फिश फ्राय

साहित्य
मोठ्या सुरमईचे तुकडे अर्धा किलो, लसूण पाकळ्या १५-२०, चिरलेली कोथिंबीर १ वाटी, तिखट १ चमचा, धणे १ चमचा, आमसुले ४, मीठ, हळद, तांदळाचे पीठ, खोबरेल तेल.

कृती
सुरमईचे तुकडे स्वच्छ धुवून त्यांना थोडे मीठ, हळद लावून ठेवावे. धणे, तिखट, आमसुले, लसूण, कोथिंबीर याची थोडे मीठ, हळद घालून बारीक गोळी वाटावी. ती तुकड्यांना लावून ते तासभर मुरत ठेवावे. नंतर हे तुकडे तांदळाच्या पिठात दाबून घोळवावे. नंतर खोलगट तव्यावर खोबरेल तेलात तळावे.

बंगाली प्रॉन्स करी (चिंगरी माछेर कालिया)

साहित्य

कोळंबी अर्धा किलो, बटाटे २ नग, मटारचे दाणे अर्धी वाटी, कांद्याचे वाटण ५ चमचे, वाटलेले आले १ चमचा, तिखट दीड चमचा, हळद १ चमचा, टोमॅटो १ नग, मोहरीचे तेल पाव वाटी, तमालपत्र १ नग, साखर पाव चमचा, गरम मसाला अर्धा चमचा, मीठ चवीनुसार

कृती

कोळंबी साफ करून स्वच्छ धुवून घ्यावी. मीठ आणि हळद लावून दहा मिनिटे ठेवावी. नंतर मोहरीच्या तेलात तळून घ्यावी. बटाटेही तेलात तळून घ्यावे. उरलेल्या तेलात तमालपत्र-कांदा-लसूण-वाटलेले आले घालून चांगले परतावे. नंतर त्यात हळद, तिखट आणि टोमॅटो घालून तेल सुटेपर्यंत परतावे. अर्धी वाटी पाणी घालून बटाटे, मटारचे दाणे, साखर, कोळंबी घालावी. हवे असल्यास मीठ घालावे. झाकण ठेवून चांगली वाफ आणावी. पाणी आटले की गरम मसाला घालून एकत्र करावे आणि गॅसवरून उतरवावे.

फ्रूट संदेश

साहित्य

पनीर २५० ग्रॅम, खवा अर्धा वाटी, मिक्स फ्रूट इसेन्स अर्धा चमचा, ॲपल आणि पायनॅपल पल्प अर्धी वाटी, साखर ७ मोठे चमचे, बदामाचे काप ६-८, वेलची पावडर पाव चमचा.

कृती

पनीर, खवा, ॲपल व पायनॅपल पल्प आणि साखर मिक्सरमधून बारीक करून घ्यावी. नंतर वेलची पावडर घालून एकत्र करून घ्यावे. मिश्रण कढईत थोडेसे परतून एका ग्रीस केलेल्या ट्रेवर थापून फ्रीजमध्ये सेट करायला ठेवावे. सेट झाल्यावर हव्या त्या आकारात कापून वरून बदाम व फळांचे गार्निशिंग करून खायला द्यावे. हा संदेश फ्रीजमध्ये ठेवल्यास ३ दिवस टिकू शकतो.

चडचडी (बंगाली पद्धतीची भाजी)

साहित्य

वांगे, बटाटे, सुरण, केळी, भोपळा (वरील सर्व साहित्य ३ वाट्या)

फोडणीसाठी :

(सरसू, जिरे, मेथी दाणे, कलौंजी, बडीशेप), हळद, तिखट, गूळ, तेल.

कृती

तेलात फोडणीचा मसाला घालून सर्व भाज्या शिजवून घ्या. शिजवल्यानंतर हळद, तिखट, मीठ, गूळ घालावा. याबरोबर टोमॅटोची चटणी खायला द्यावी.

माछेर झोल

साहित्य

रोहू मासा पाव किलो, बटाटे १०० ग्रॅम, कच्चे केळे १ नग, फ्लॉवर १०० ग्रॅम, वांगी १०० ग्रॅम, परवल १०० ग्रॅम, जिरे २ चमचे, तमालपत्र २, हळद १ छोटा चमचा, जिरे पूड २ छोटे चमचे, धणेपूड २ छोटे चमचे, मिरपूड १ छोटा चमचा, मीठ चवीनुसार, तेल ३ मोठे चमचे.

कृती

प्रथम रोहू मासा स्वच्छ धुवून घ्यावा. तुकडे करून त्यांना हळद आणि १ छोटा चमचा मीठ लावून बाजूला ठेवावा. बटाटा आणि कच्च्या केळ्याचे लांबट तुकडे कापावे व फ्लॉवरचे सुद्धा मोठेमोठे काप करावे. वांग्याचे १ इंच चौकोनी तुकडे करावे. परवलची साले काढून त्याचे अर्धे-अर्धे लांबट तुकडे करावे. कढईत तेल गरम करावे. त्यात माशाचे तुकडे सोनेरी होईपर्यंत तळावे. हे तळलेले तुकडे वेगळे ठेवावे. नंतर कढईतल्या उरलेल्या तेलात वांगे सोडून इतर भाज्या परतून घ्याव्या. भाज्यांमध्ये धणेपूड, जिरेपूड आणि मिरपूड टाकून थोडे परतून घ्यावे. नंतर त्यात अर्धा छोटा चमचा मीठ व २ मोठे कप पाणी घालून मिश्रण शिजवावे. भाजी अर्धवट शिजल्यानंतर त्यात तळलेले मासे आणि वांगी टाकून त्यावर झाकण ठेवावे व शिजू द्यावे. भाजी व्यवस्थित शिजल्यानंतर एका भांड्यात तेल घेऊन त्यात जिरे, तमालपत्र घालून फोडणी तयार करा आणि ही फोडणी तयार केलेल्या भाजीवर घालावी.

छोलार डाल

साहित्य
चण्याची डाळ पाव किलो, नारळ अर्धी वाटी, हिंग चिमूटभर, हळद छोटा अर्धा चमचा, आल्याचा तुकडा, सुक्या लाल मिरच्या २ नग, तमालपत्रे, तूप २ चमचे, मीठ, चवीनुसार साखर.

कृती
एका भांड्यात गरम पाणी घेऊन त्यात चण्याची डाळ दोन तास भिजवून ठेवावी. ओले खोबरे खवून घ्यावे. नंतर डाळ कुकरमध्ये शिजवून घ्यावी. एका कढईत तूप घालावे व ते वितळल्यावर त्यात खवलेले खोबरे टाकावे. खोबरे गुलाबी झाल्यावर एका प्लेटमध्ये काढून घ्यावे. कढईतल्या उरलेल्या तुपात हिंग, सुक्या लाल मिरच्या, मीठ, हळद, वाटलेले आले व तमालपत्र टाकावे. नंतर त्यात शिजलेली डाळ टाकावी. हे मिश्रण उकळल्यानंतर त्यात साखर आणि तळलेले खोबरे घालावे. मंद आचेवर डाळ साधारण १० मिनिटे शिजवून घ्यावी. ही तयार डाळ एका भांड्यात काढावी. त्यावर १ चमचा तूप टाकावे आणि उरलेले भाजलेले खोबरे त्यावर घालून पराठे किंवा पुरीबरोबर खायला द्यावे.

बिहार

बिहार राज्य भारताच्या पूर्व क्षेत्रात वसलेले आहे. याच्या उत्तरेला नेपाळ, पूर्वेला पश्चिम बंगाल, दक्षिणेला झारखंड तर पश्चिमेला उत्तर प्रदेश ही राज्ये आहेत. बिहारची राजधानी 'पाटणा' ही आहे. बुद्ध व जैन या धर्मांचे जन्मस्थान बिहार आहे, असे म्हणायला काही हरकत नाही.

बिहारचा इतिहास फार जुना आहे. ऐतिहासिक भारतातील कित्येक शहरे, उदाहरणार्थ वैशाली, पाटलीपुत्र, नालंदा, मिथिला इत्यादी येथे आढळतात. भगवान महावीरांचा जन्म येथे झाला होता. तसेच भगवान बुद्धाची ही आवडती जागा होती. येथेच त्यांनी आपला शेवटचा उपदेश दिला होता. बिहारचे नालंदा विद्यापीठ हे जगातल्या सर्वांत जुन्या विद्यापीठांपैकी एक आहे. त्याचबरोबर येथे भरपूर पर्यटनस्थळे आढळतात. पण ती अजूनपर्यंत पूर्णपणे प्रसिद्ध झालेली नाहीत. बौद्ध धर्मस्थळांपासून ते शिखांचे दहावे गुरू - गुरू गोविंदसिंह यांचे जन्मस्थान असलेल्या पटना साहेब गुरुद्वारापर्यंत आणि मधुबनी पेन्टींगपासून भागलपूर सिल्कपर्यंत अनेक गोष्टींसाठी हे राज्य पर्यटकांना आपल्याकडे आकर्षित करते.

या राज्यात पुष्कळशा नद्या व उपनद्या असल्यामुळे येथील जमीन सुपीक आहे. पण त्याबरोबर बिहार हा पूरग्रस्त प्रदेशही आहे. बिहारच्या खाद्य संस्कृतीवर आपल्याला उत्तर भारत व पूर्व भारत ह्या दोन्हींचा पगडा दिसून येतो. या राज्याचा मुख्य आहार भात आहे. इथली जमीन सुपीक असल्यामुळे येथे निरनिराळ्या प्रकारच्या भाज्यांचे उत्पादन होते. येथील लोक मुख्यतः भात, डाळी, तरकारी (भाजी) व पोळ्या असा आहार घेतात. पण जसे ऋतू बदलतो, तसेच ह्या बिहारी थाळीमध्ये सुद्धा आपल्याला बदल दिसून येतो. असे म्हणतात की जसे ऋतू वर्षभरात चार वेळा बदलतात, तसेच बिहारमधील जेवणसुद्धा चार वेळा बदलते. येथील लोकांचा आवडता पदार्थ सत्तु (वेगवेगळ्या डाळींपासून तयार केलेला पदार्थ) हा आहे. तसेच गोड खाद्यपदार्थांवर बंगाली खाद्यपदार्थांची छटा दिसते, त्यामुळे बिहारच्या प्रत्येक हलवायाकडे तसेच घराघरात आपल्याला खाजा, तिळकूट, अनारसा व ठेकुआ हे गोड खाद्यपदार्थ नक्कीच दिसतात. वर आपण नालंदा विद्यापीठाचे वर्णन केले आहे. काही वर्षांपूर्वी मला तेथे जाण्याचा प्रसंग आला. माझी तिथे दोन दिवसांची कार्यशाळा होती. आयोजकांनी सांगितले की, इथल्या विद्यापीठाच्या कॅन्टीनमधील लिट्टी चोखा पूर्ण बिहारमध्ये फार प्रसिद्ध आहे. असे म्हणतात की, विद्यापीठात शिकताना तिथला 'लिट्टी चोखा' खाल्ला नाही तर तो विद्यार्थी पासच होणार नाही. हा झाला गमतीचा भाग; पण खरे सांगतो, बिहारला गेलात तर विद्यापीठाच्या कॅन्टीनमधला 'लिट्टी चोखा' खाल्ल्याशिवाय येऊ नका.

लिट्टी म्हणजे कणकेचा बाटीसारखा प्रकार. कणकेच्या वाटीत सत्तू भरलेला. अशा वाट्या निखाऱ्यावर किंवा ओव्हनवर भाजून लोण्याबरोबर, तुपाबरोबर आणि चोख्याबरोबर खाणे. चोखा म्हणजे वांग्याचा भरताचा एक प्रकार. हाच प्रकार बटाट्याचा सुद्धा असतो. जशी आपल्याकडे हुरडा पार्टी, जळगावात भरीत पार्टी होते, तसेच थंडीच्या दिवसात बिहारमध्ये लिट्टी चोख्याची पार्टी होते. शेतात एकत्र जमून पारंपरिकपद्धतीने गाणे म्हणून, नृत्य करून लिट्टी चोखा खाणे व खिलवणे ही त्यांची आवडती गोष्ट आहे.

काही लोकांना माहीत असेल की, कोल्हापुरात रस्सा मंडळे आहेत. रस्सा मंडळ हा तसा अफलातून प्रकार आहे. आठ-दहा लोकांनी एकत्र येऊन नदीच्या काठी तांबडापांढरा रस्सा बनविणे हे या रस्सा मंडळाचे काम. असे कित्येक वर्षे सुरू

आहे. हळूहळू एकेका मंडळाला नावे दिली गेली व रस्सा बनविण्याच्या पलीकडे जाऊन ही मंडळी समाज उपयोगी कामे करू लागली. तसाच काहीसा प्रकार लिट्टी क्लब. हा बिहारमध्ये बऱ्याच ठिकाणी दिसतो. खाण्याचा हा प्रकार तसा पारंपरिक, पण एक प्लेट खाल्ली तर एका वेळचे जेवण होते. तशी ती पौष्टिकही आहे.

पाटण्यापासून जवळ असलेल्या हाजीपूर इथले बिर्याणी व बोटी कबाब प्रसिद्ध आहेत. तिथल्या कोनहारा घाटाजवळ गंडक नदीच्या किनाऱ्यावर दरवर्षी एक जत्रा भरते. तिथे इतर वस्तूंबरोबर खाण्याची सुद्धा बरीच दुकाने असतात. मी तिथे असताना शरद पौर्णिमेला ही जत्रा भरलेली होती आणि माझ्या नशिबाने शेवटच्या दोन दिवशी ती मला पाहायला मिळाली. त्यात मिठाईची दुकाने सर्वांत जास्त होती. त्यामध्येखाजा, माव्याचे लाडू, मोतीचुऱ्याचे लाडू, 'खुंबी की लाई' म्हणजेच जर्दाळूपासून तयार केलेला खाण्याचा पदार्थ, परवलची मिठाई, चना मर्की इत्यादी वेगळ्या प्रकारच्या मिठाया पाहायला मिळाल्या. असे म्हणतात की, हलवायांची बरीच मोठी वस्ती पूर्वी येथे होती. त्यामुळे मिठाई हा प्रकार येथे जास्त दिसतो. पण इथल्या मिठाया ओल्या नसून कोरड्या आहेत. जसे पिठ्ठा हा प्रकार तांदळाच्या पिठीपासून तयार केला जातो. यात चण्याची डाळ आणि खवा वापरतात.

इथली काही शहरे तर एकेका मिठाईसाठी प्रसिद्ध आहेत. जसे बख्तियारपूरला घंटीवाला हलवाई प्रसिद्ध आहे. त्याच्याकडचे खुबी की लाई, चना मर्की, मालपुवा आणि पिठ्ठा प्रसिद्ध आहे. बिहीयामधली सागसुहारी म्हणजेच पुरी-भाजीचा एक प्रकार. सुहारी म्हणजे पुरी पण बऱ्यापैकी मोठ्या आकाराची त्यावरच भाजी टाकून आठ रुपयांमध्ये ही मिळते. पण त्यात एका माणसाचे एक वेळचे पोट भरते. त्याचप्रमाणे सिलाव या गावातील खाजा फार प्रसिद्ध आहे. तसेच गया येथील पेढा हा थोडा मोठ्या आकाराचा, लांबट असतो व त्यावर कांद्याचे बी म्हणजे कलौंजी लावलेली असते. तसेच तिथला 'काला जाम' हा पण प्रसिद्ध आहे. पाटण्याहून सोनपूरला जाताना एका ठिकाणी बरीच गर्दी दिसली. साधारण गावाबाहेर हे दुकान होते. चौकशी केल्यावर समजले की, तिथला चिवडा खूप प्रसिद्ध आहे. आम्ही गाडीतून उतरलो. म्हटले, चला अर्धा किलो चिवडा घेऊ. खात...खात...जाऊ, पण बघतो तर काय? चिवडा म्हणजे पांढऱ्या रंगाच्या ओल्या पोह्यासारखा होता, पण अतिशय चविष्ट. बनारसच्या खाद्यसंस्कृतीतील मटर चिवड्यासारखाच साधारण हा पदार्थ होता. त्यावर तो मलाई टाकून दह्याच्या आंबट चटणीसोबत

द्यायचा. इथे मला असे वाटले की, बनारस इथला 'मटर चिवडा' येथूनच तिथे गेला असेल. इथला चिवडा बनारसमध्ये जाता-जाता 'मटर चिवडा' झाला असेल.

वैशाली इथे तिळकूट नावाचा प्रकार बघितला. त्याला 'पलाला' सुद्धा म्हणतात. यामध्ये तीळ, साखर व गूळ घालतात. मखाण्याची खीर इथलीच. मखाणा म्हणजे कमळाच्या बियांच्या लाह्या. इथले सत्तुचे पीठ तर जगप्रसिद्ध आहे.

इथले मुघली पदार्थ पण प्रसिद्ध आहेत. फाळणीच्या वेळी इथले मुसलमान पाकिस्तानात गेले. तिथून कित्येक मुसलमान इतर देशात गेले. आमचे एक खवय्ये मित्र अमेरिकेत गेले असताना, त्यांना एका फूड फेस्टिव्हलमध्ये 'पटना रोल' नावाचा फूड स्टॉल दिसला. तिथे वेगवेगळ्या प्रकारचे काठी रोल उपलब्ध होते. पुढे अजून चौकशी केल्यावर असे समजले की, एका अमेरिकन माणसाची 'रोल बिहारी' नावाची अरबी फूड चेनच अमेरिकेला आहे.

मटार निमौना

साहित्य

मटारचे दाणे २०० ग्रॅम, लहान आकाराचे बटाटे ५० ग्रॅम, चिरलेला कांदा १ नग, चिरलेला टोमॅटो १ नग, बारीक चिरलेल्या हिरव्या मिरच्या २ नग, तेल ३ चमचे, मीठ चवीनुसार, तिखट छोटा पाव चमचा, किसलेले आले १ चमचा, हळद छोटा पाव चमचा, गरम मसाला छोटा पाव चमचा.

कृती

मटारचे दाणे स्वच्छ धुवून मिक्सरमध्ये बारीक वाटून घ्यावे. एका बटाट्याचे दोन काप याप्रमाणे सर्व बटाट्याचे काप करून धुवून घ्यावे. कढईत तेल गरम करून बटाट्याचे काप तळून घ्यावे. तळलेले बटाटे शिजायला हवेत. कुकरमध्ये तेल गरम करून त्यात कांदा आणि आले खरपूस भाजून घ्यावे. त्यानंतर त्यामध्ये चिरलेला टोमॅटो घालून परतून घ्यावे. तिखट, हळद, वाटलेली कोथिंबीर आणि पाव वाटी पाणी घालून हा सर्व मसाला भाजावा. मिक्सरमध्ये बारीक वाटलेले मटारचे दाणे, तळलेले बटाटे मसाल्यात घालून कुकरमध्ये शिजू द्यावे. कुकरच्या दोन-तीन शिट्या होऊ द्याव्या. वरून मिरची व गरम मसाला घालून गरमागरम खायला द्यावा.

बिहारी लिट्टी

साहित्य

(कणकेच्या आवरणासाठी)
कणिक दीड वाटी, दही १ वाटी (कणिक दह्यात मळून बाजूला ठेवणे)
स्टफिंगसाठी : सत्तू १ वाटी, बारीक चिरलेले आले १ इंच, बारीक चिरलेली हिरवी मिरची २-४ नग, बारीक चिरलेली कोथिंबीर अर्धा पाटी, कलौंजी छोटा अर्धा चमचा, मोहरी २ चमचे, ओवा १ चमचा, लिंबाचा रस १ चमचा, मिरचीच्या लोणच्याचा मसाला १-२ चमचे, मीठ चवीनुसार.

कृती

स्टफिंगचे सर्व जिन्नस सत्तूमधे चांगले एकत्र करून घ्यावे. पाव ते अर्धा कप पाणी मिसळून स्टफिंग ओले करून घ्यावे. मळलेल्या कणकेचे आठ गोळे करून व त्याच्या हातानेच छोट्या-छोट्या पोळ्या करून घ्याव्यात. (२.५ ते ३.०० इंच व्यास) या पोळ्यांमध्ये २ ते ३ चमचे सत्तुचे स्टफिंग भरून सगळ्या बाजूंनी बंद करून घ्यावे. सर्व लिट्टी भरल्यानंतर ओव्हनमध्ये एका फॉईलवर ठेवून ३७५ तापमानावर बेक करावे. एक बाजू खरपूस झाल्यावर लिट्टी परतून दुसरी बाजू पण खरपूस भाजून घेणे. लिट्टी बाहेर काढून त्यावर तूप किंवा लोणी घालून लोणचे, चटणी किंवा वांग्याच्या भरताबरोबर गरम खायला द्यावे.

ठेकुआ

साहित्य

कणिक ५०० ग्रॅम, खोबऱ्याचे तुकडे २ चमचे, गूळ ३०० ग्रॅम, तूप किंवा तेल, वेलची पूड अर्धा चमचा, पाणी २ कप.

कृती

गूळ, पाणी व वेलची पूड एकत्र करून याचे पातळ मिश्रण करून घ्यावे. कणिक घेऊन त्यात ४ चमचे तूप, वर बनविलेले गुळाचे पाणी (आवश्यकतेनुसार) व खोबरे घालून कणिक मळून घ्यावी व त्याचे छोटे-छोटे पेढे बनवून घ्यावे. आवडीचा साचा घेऊन हा पेढा त्यावर दाबून घ्यावा. पेढ्याला साच्याचा आकार आल्यावर तो तुपात लाल होईपर्यंत तळून घ्यावा. निथळून, पूर्णपणे थंड करून खायला द्यावा.

काला-चना घुमनी

साहित्य

बेसन १०० ग्रॅम, मध्यम आकाराचे टोमॅटो ३ नग, बारीक चिरलेले कांदे २ नग, बारीक चिरलेली हिरवी मिरची ४- ५ नग, आले-लसूण पेस्ट १ चमचा, हळद अर्धा चमचा, मोहरीची पेस्ट अर्धा चमचा, तिखट पाव चमचा, धणे पावडर पाव चमचा, जिरे १ चमचा, हिंग चिमूटभर, ओवा अर्धा चमचा, गरम मसाला पाव चमचा, तेल, मीठ चवीनुसार, पाणी.

कृती

बेसन, २ हिरव्या मिरच्या, ओवा, चवीनुसार तिखट व तेल घेऊन चांगले एकत्र करून घ्यावे. आवश्यकतेनुसार पाणी घालून बेसनाची कणिक मळून घ्यावी. या कणकेचे लांबट कबाब करून घेणे. हे कबाब उकळत्या पाण्यात घालून १० मिनिटे उकळून घ्यावे. त्यानंतर हे कबाब बाहेर काढून त्याचे गोल गोल तुकडे (गट्टे) करून घ्यावे. एका भांड्यात तेल गरम करून त्यात हिंग, जिरे व मिरची फोडणी करावी. त्यांनतर आले-लसूण पेस्ट व मोहरीची पेस्ट घालून ते एक मिनिट परतून घ्यावे. नंतर चिरलेला कांदा घालून ३ मिनिटे पुन्हा परतून घ्यावे. चिरलेला टोमॅटो घालून ढवळून घ्यावे. या मिश्रणात हळद, तिखट, धणे पावडर, मीठ, गरम मसाला व दीड कप पाणी घालून ५ मिनिटे उकळून घ्यावे. ग्रेव्ही तयार झाल्यावर त्यात तयार केलेले गट्टे घालून ग्रेव्ही घट्ट होईपर्यंत उकळून घ्यावी. भात किंवा पराठ्याबरोबर गरम-गरम वाढावी.

लिट्टी-चोखा

चोखा म्हणजे भरीताचा एक प्रकार. तो वांग्याचाही बनवितात किंवा बटाट्याचा सुद्धा करतात. आपण आज येथे बटाट्याचा चोखा बनवूया.

साहित्य

बटाटे उकडलेले ४ नग, जिरे, मोहरी, बडिशेप फोडणीला, हळद, दही १ वाटी, हिरवी मिरची, मीठ चवीनुसार.

कृती

बटाटे कुस्करून घ्यावे. त्यात चवीनुसार मीठ, हिरवी मिरची व दही घालावे. वरून मोहरी, जिरे व बडिशेपची फोडणी घालावी. हे लिट्टीबरोबर खावे.

तांदळाची भजी

साहित्य

बासमती तांदूळ ३ कप, बेसन २ वाट्या, तिखट१ चमचा, आमचूर १ छोटा चमचा, बारीक चिरलेल्या हिरव्या मिरच्या २ नग, मीठ १ छोटा चमचा,तेल तळण्याकरिता.

कृती

तांदूळ शिजवून घ्यावा पण जास्त नको. थोडी कणी राहिली पाहिजे. शिजलेल्या तांदळात तिखट, आमचूर पावडर, चिरलेल्या हिरव्या मिरच्या, चवीनुसार मीठ घालून त्याचे छोटे-छोटे गोळे करावे किंवा तुम्हाला हवा तसा आकार द्यावा. बेसनात थोडेसे मीठ घालून त्याचे भज्याच्या पिठासारखे मिश्रण तयार करावे. त्यात तांदळाचे गोळे भिजवून गरम तेलात खुसखुशीत तळून घ्यावे. वाढताना वरून किसलेला मुळा घालावा आणि आंबटगोड चटणीबरोबर किंवा सॉसबरोबर खायला द्यावा.

सातू पराठा

साहित्य

सातूचे पीठ १०० ग्रॅम, कणिक २ वाट्या, दूध १ वाटी, मीठ छोटा अर्धा चमचा, मिरपूड छोटा अर्धा चमचा, बारीक चिरलेली हिरवी मिरची १-२ नग, बारीक चिरलेली कोथिंबीर १ चमचा, तळण्याकरिता तेल.

कृती

कणकेत दूध आणि चवीपुरते मीठ घालून मिश्रण घट्ट भिजवून घ्यावे. त्यानंतर सातूमध्ये चिरलेली हिरवी मिरची, कोथिंबीर, मीठ, मिरपूड घालून सारण तयार करून घ्यावे. कणकेची पोळी लाटून त्यात हे सारण भरावे व त्याला गोल आकार द्यावा. नंतर सारण भरलेल्या या गोळ्यांचे पराठे लाटून तव्यावर दोन्ही बाजूंनी तेल लावून तळावे. हे सातूचे गरम पराठे भाजी किंवा लोणच्याबरोबर खायला द्यावे.

पिठ्ठा

साहित्य

चणा डाळ दीड वाटी, कणिक दीड वाटी, बारीक चिरलेला लसूण ४ चमचे, बारीक चिरलेले आले २ चमचे, गरम मसाला पावडर २ चमचे, हिंग पावडर अर्धा चमचा, हळद १ चमचा, सुकलेली लाल मिरची २-४ नग, मीठ चवीनुसार.

कृती

दीड कप कणिक घट्ट मळून बाजूला ठेवावी. चण्याची डाळ रात्रभर भिजवून ठेवावी. दुसऱ्या दिवशी स्वच्छ धुवून चाळणीतून निथळून घ्यावी. मिक्सरमध्ये डाळ व सर्व मसाले घालून बारीक करून घ्यावे. (पाणी न घालता). त्यानंतर मीठ घालून एकत्र करून घ्यावे. मळलेल्या कणकेचे आठ गोळे करून घेणे व जाडसर पुऱ्या लाटून घ्याव्या. वाटलेली डाळ आठ भागांमध्ये विभाजित करून घ्यावी. प्रत्येक भाग पुरीच्या मधोमध ठेवून, पुरीला थोडे पाणी लावून बंद करून घ्यावे. एकीकडे भांड्यात पाऊण भाग पाणी घालून पाणी उकळून घ्यावे. पाणी उकळल्यावर त्यात अर्धा चमचा तेल घालावे व तयार केलेले गोळे (पिठ्ठा) या उकळत्या पाण्यात हळूहळू सोडावे. २० मिनिटे न झाकता शिजवावे. त्यानंतर प्रत्येक पिठ्ठा एक-एक करून चमच्याने प्लेटवर अलगद काढून ठेवावा. थोडे थंड झाल्यावर कोथिंबीर किंवा सुरणाच्या चटणीबरोबर खायला द्यावे.

बंद का मीठा

साहित्य

बंद पाव ४ नग, तळायला तूप, साखरेचा एकतारी पाक (एक वाटी साखरेत सव्वा वाटी पाणी घालून अर्धा लिंबाचा रस पिळावा व पाव वाटी दूध घालावे. उकळल्यानंतर वर जी मळी येईल ती काढून पाक गाळून स्वच्छ करावा.) १ वाटी, गुलाब इसेन्स २ थेंब, रबडी अर्धी वाटी.

कृती

पावाचे चार तुकडे करून सोनेरी रंगात तुपावर तळून घ्यावे. नंतर पाकात दोन थेंब गुलाब इसेन्स घालावा. तळलेले पावाचे तुकडे पाकात घालून लगेचच बाहेर काढावे. वरून रबडी व बदाम पिस्त्याचे काप लावून वाढावे.

टीप

- रबडी न घालता सुद्धा हा प्रकार गरम चांगला लागतो.

बिहारी पोहा

साहित्य

भिजवलेले पांढरे जाड पोहे १ वाटी, हिरव्या मिरचीची चटणी २ चमचे, (हिरवी मिरची, आले, लसूण, कोथिंबीर जाडसर कुटलेली) मीठ चवीनुसार, लिंबाचा रस चवीनुसार, सरसूचे तेल २ चमचे, बडीशेप अर्धा चमचा.

कृती

पॅनमध्ये तेल घेऊन सर्वप्रथम बडीशेप घालावी. त्यानंतर हिरव्या चटणीचा ठेचा घालून परतावा. नंतर त्यात पोहे, मीठ, लिंबू घालून वर पाण्याचा हबका मारावा. एकत्र करून मंद आचेवर वाफ येऊ द्यावी. वरून कोथिंबीर घालून गरम असतानाच खायला द्यावे.

टीप

- सरसूचे तेल आवडत नसल्यास शेंगदाणा तेलात सुद्धा बनवू शकता.

उत्तर प्रदेश

नावाप्रमाणे उत्तर प्रदेश भारताच्या उत्तर दिशेला स्थित आहे. याच्या उत्तर दिशेला तिबेट व नेपाळ आहे, दक्षिणेला मध्य प्रदेश, पश्चिम दिशेला हरियाणा, दिल्ली व राजस्थान तर पूर्व दिशेला बिहार आहे. उत्तर प्रदेशला हिंदी भाषिक प्रदेश सुद्धा म्हटले जाते. इथली संस्कृती इथल्या क्षेत्रफळाएवढीच भव्य आहे. इथली ८० टक्के जनता हिंदू आहे. उत्तर प्रदेशात आपल्याला कित्येक धार्मिक व ऐतिहासिक शहरे व गावे आढळून येतात. त्याचबरोबर इथली नैसर्गिक सुंदरता पाहण्यासारखी आहे. एकीकडे मंदिरांच्या रांगा तर दुसरीकडे गंगा नदी. पहाटे पहाटे घंटांचा नाद, ऋषीमुनींचा मंत्रोच्चार व गंगेच्या पाण्याचा खळखळाट असे अतिशय सुंदर व आध्यात्मिक वातावरण मनाला तृप्त करते.

उत्तरप्रदेशचा इतिहास फार जुना आहे. भारताचा हा भाग सम्राट अशोकाच्या भव्य साम्राज्याचा भाग होता. ११ व्या व १६ व्या शतकात मुघल शासन येथे आले. त्यामुळे इथल्या संस्कृतीवर आपल्याला बौद्ध व मुस्लिम छाप दिसून येते.

उत्तर प्रदेशची काही शहरे, जसे लखनौ आपल्या नबाबी थाटासाठी फार प्रसिद्ध आहे, तसेच तिथली सभ्यता आणि शालीनतेसाठी पण प्रसिद्ध आहे, ज्याचा प्रभाव पूर्ण प्रदेशावर दिसून येतो. इथले लोक साहित्य तसेच कलेचे प्रेमी आहेत. त्यामुळे देशातले कित्येक विद्वान, कवी, लेखक, नर्तक व संगीतकार उत्तर प्रदेशचेच आहेत. इतकेच काय तर देशाचे आठ पंतप्रधान उत्तरप्रदेशानेच दिले आहेत.

या प्रदेशाची खाद्यसंस्कृती सुद्धा गंगेइतकीच विशाल आहे. इथले खाद्यपदार्थ जर आपण लिहायला बसलो तर ते न संपण्याएवढे आहेत. काही पदार्थ तर अक्षरशः कृष्णाच्या काळातले आहेत, जे आज सुद्धा तिथल्या घराघरात बनविले जातात. येथे हिंदू व मुस्लिम अशा दोन्ही संस्कृती असल्यामुळे येथे शाकाहारी व मांसाहारी दोन्ही पद्धतीचे जेवण उपलब्ध असते. त्यामुळे अस्सल खवय्यांची इथे चंगळच असते. इथले काही लोकप्रसिद्ध पदार्थ म्हणजे कबाब, बिर्याणी, कुलचा निहारी, बेडमी पुरी, मालपुवा, मथुरेचा पेढा आणि आग्र्याचा पेठा; आणि जेवणाच्या सगळ्यात शेवटी बनारसी पान! काही नबाबी पदार्थ म्हणजे शामी कबाब, नरगिसी कोफ्ता, पनीर पसंदा, बोटी कबाब, शाही टुकडा. इथल्या लोकांना गुलाब लस्सी अतिशय प्रिय आहे.

उत्तरप्रदेशच्या अवध संस्कृतीमध्ये जेवण 'दम पुख्त' पद्धतीने बनविले जाते. म्हणजे पदार्थ मोठ्या हंडीमध्ये ठेवून त्याला कणकेने बंद करून निखाऱ्यांवर शिजवले जाते. त्यामुळे पदार्थात वापरल्या जाणाऱ्या जिन्नसांचे गुणधर्म व चव पूर्णपणे त्यात मिसळते.

पुष्कळ वर्षे अगोदर पश्चिम बंगाल/कोलकात्यामध्ये स्त्री विधवा झाल्यावर तिला तिचे नातेवाईक गंगेच्या किनारी सोडून जायचे. असे करता-करता इथे अशा बंगाली स्त्रियांची एक वस्तीच तयार झाली. त्यामुळे उत्तरप्रदेशमध्ये सुद्धा बंगाली खाद्यपदार्थ तयार होऊ लागले. बंगाली लोकांची खासियत म्हणजे गोड पदार्थ. त्यामुळे वेगवेगळ्या प्रकारच्या बंगाली मिठायांची निर्मिती येथे सुरू झाली.

काही दिवसांपूर्वी अब्दुल हलील शरर यांचा एक लेख माझ्या वाचण्यात आला. हे मूळचे लखनौचे. 'अवध अखबार' या वृत्तपत्राचे विशेष प्रतिनिधी म्हणून काही काळ

ते हैद्राबादलाही होते. त्याकाळी म्हणजे १८८० ते १८९० या दरम्यान ‘दिलचस्प’ नावाची त्यांची कादंबरी भरपूर गाजली. हैद्राबाद आणि लखनौ या दोन्हीही ठिकाणी त्यांचे वास्तव्य होते. आणि मुख्य म्हणजे ही दोन्हीही शहरे खाण्यासाठी व खवय्यांसाठी विशेष प्रसिद्ध आहेत, हे सर्वश्रुतच आहे. तर या अब्दुल साहेबांच्या एका लेखात त्यांनी म्हटले होते की, मिष्टान्न किंवा मिठाई तयार करणे हे हिंदू हलवायांचे काम आहे. त्याकाळी मिठाई बनवण्याबाबत मुस्लिम हलवायांचा दर्जाही उच्च मानला जायचा. हे लोक सामान्य जनतेच्या गरजा पूर्ण करू शकत नव्हते. ते काम हिंदू हलवाईच करत. परंतु मुसलमान हलवाई खास श्रीमंत लोकांसाठी व अभिरुचिसंपन्न सरदारांसाठी जी मिठाई तयार करत, ती अत्यंत स्वादिष्ट व वेगळी असे.

लखनौचे वैशिष्ट्य होते की, त्याकाळी दोन प्रकारचे हलवाई असत. मुस्लिम हलवाई आणि हिंदू हलवाई. मुस्लिम हलवायांची खासियत अशी की, सामान्य प्रतीची मिठाई त्यांच्याकडून करवून घेतली, तर ती चांगली मिळत नसे. परंतु मुद्दाम सांगून विशिष्ट प्रकारची मिठाई बनवून घेतली, तर ती हिंदू हलवायांच्या मिठाईपेक्षा अधिक चांगली व स्वादिष्ट असे. लखनौत जिलबी, इमरती आणि बालूशाही इत्यादी मिठाया फार उत्तम मिळतात व आता तर प्रत्येक पदार्थासाठी एक-एक गल्ली म्हणजेच लेन तयार झालेली आहे. त्यात प्रत्येकी ६० ते ७० दुकाने आहेत. यावरून तुमच्या लक्षात येईल की खवय्यांची उलाढाल किती मोठी आहे.

मूळची हिंदुस्थानी मिठाई कोणती आणि मुस्लिमांनी आपल्याबरोबर आणलेले मिठाईचे पदार्थ कोणते, असे भेद मिष्टान्नाच्या बाबतीत निर्माण झाले. परंतु त्यांच्या स्वादावरून अनुमान करायचे झाले, तर हलवा हा पदार्थ खास अरबी आहे असे इतिहास सांगतो. अरबस्थानातून आणि इराणातून हा पदार्थ हिंदुस्थानात आला आणि येताना आपले नावही बरोबर घेऊन आला. अर्थात हे म्हणणे देखील निर्विवाद नाही. त्यातही बरेच मतभेद आहेत. जो हलवा सामान्यतः सर्व हलवायांकडे मिळतो आणि पुरीबरोबर खाल्ला जातो, तो पदार्थ उत्तर हिंदुस्थानी आहे असे म्हणता येईल. तुम्ही पाहिले असेल, उत्तर हिंदुस्थानात ‘हलवा पुडी’ खाण्याची प्रथा आहे. फार पूर्वी त्याला ‘मोहनभोग’ असेही म्हणत. ‘सोहन हलवा’ ही मिठाई मात्र मुस्लिम पद्धतीची आहे. याचे चार प्रकार आहेत- जुजी, पपडी, हब्शी आणि दुधिया. सध्या दक्षिण भारतात, विशेषतः मद्रासमध्ये जे अरबी हलवे प्रचलित आहेत, ते कुठले आहेत हे नक्की सांगता येणार नाही. पण उत्तर हिंदुस्थानात सुद्धा बऱ्याच प्रकारच्या हलव्यांची दुकाने दिसतात.

जे खास अरबस्थानातून आले आहेत, त्यांना अरबी हलवे म्हणता येईल. बालुशाही, खुर्मे नुत्कियां, गुलाबजामुन, दरेबहिष्त हे पदार्थ इस्लामी युगाची देणगी आहेत.

जिलबीला, अरबी भाषेत 'जलेबियाँ' म्हणतात. तसेच बलुचिस्तान, कजाकीस्तान, पाकिस्तानात याला 'जलेबा' सुद्धा म्हणतात. यावरून असे स्पष्ट दिसते, की जलेबियाँ या शब्दाचाच जिलबी हा अपभ्रंश आहे. म्हणूनच हा पदार्थ अरबी मिष्टान्नांत समाविष्ट केला पाहिजे. सध्या आपल्या महाराष्ट्रीय जेवणामध्ये, खास करून लग्नाच्या पंगतीमध्ये जिलबीशिवाय पान हलत नाही. मी पदार्थांच्या शोधात असेच भटकत असताना मला असे दिसले की आणखी एक प्रकार म्हणजे जिलबी ज्या पिठाची बनवतात, त्याच आंबलेल्या पिठात सफरचंद, अननस, मोठी द्राक्षे इत्यादी टाकून ते शुद्ध तुपात तळून, केशराच्या पाकात बुडवून वरून चांदीचा वर्ख, सोन्याचा वर्ख व बदाम-पिस्त्याचे काप लावून खायला देतात. हा प्रकार मी वाराणसीला खाल्ला, पण काही दिवसांनंतर, लक्ष्मीबाई धुरंधर यांनी लिहिलेले शंभर वर्षे जुने असे एक मराठी पुस्तक माझ्या वाचनात आले, त्यातही अशा प्रकारचा उल्लेख होता. इतिहास प्रत्येक गोष्टीत असतो, तसाच तो खाद्यान्नांच्या बाबतीतही आहे. प्रत्येक पदार्थाचा एक इतिहास असतो. फक्त ते जाणून घेणे गरजेचे आहे. शेवटी पृथ्वी गोल आहे, हेच खरे. त्याचप्रमाणे वेगवेगळ्या प्रकारचे पेढे हे उत्तर प्रदेशात जाऊनच खावे. तसे पाहिले तर मिठाईच्या बाबतीत लखनौचे काही निराळे वैशिष्ट्य नजरेस येत नाही. याचे कारण इतर भाषिक लोक इथे स्थायिक झाले आणि त्यांनी त्यांच्या मिठाया इथे प्रसिद्धीस आणल्या.

खाण्याच्या या शौकामुळे उत्तर प्रदेशातील कित्येक छोट्या राजांचे राज्यसुद्धा लयास गेलेले आहे, असे इतिहास सांगतो. याचे एक उदाहरण सांगतो. राजपूत काळातला एक राजा खाण्याचा इतका शौकीन होता की, त्याने वेगवेगळ्या पदार्थांसाठी वेगवेगळे हलवाई आपल्या रोजच्या जेवणाकरिता ठेवलेले होते. त्यातही फक्त वरण बनवायला पाच प्रकारचे हलवाई. कधी तरी महिन्या-दोन महिन्यातून एखादे वरण खाण्याची त्याला इच्छा झाली तर त्या पाचापैकी एकाचा नंबर लागे. इतर वेळी तो हलवाई नुसता बसून राही. त्याच्याबरोबर त्याचा परिवार सुद्धा असे. हा सर्व खर्च राजाचा असे. खाण्याच्या अशा प्रकारच्या चित्रविचित्र सवयींमुळे राज्य लयास जाणार नाही का?

उत्तर प्रदेशमध्ये किती फिरू आणि किती खाऊ अशी माझी अवस्था झाली होती.

मी मागील वर्षी मथुरा, वृंदावन येथे गेलो असताना देवदर्शन हा भाग होताच. पण मुख्य उद्देश होता, तिथे देवळाच्या आजूबाजूला असणारे खाण्याचे खोमचे म्हणजेच दुकाने बघणे. जाताना मला कित्येक दुकानांच्या समोर पाट्या दिसल्या, 'यहाँ बेडमी मिलेगी.' काही ठिकाणी 'बेडमी पुरी' असेही म्हटले होते. नंतर कुणीतरी सांगितले मंदिराच्या बाजूला गिरधारीलाल हलवायाच्या दुकानातली 'बेडमी पुरी' अप्रतिम असते. आठ रुपयात पोट भरते. झाले, राहिले देवदर्शन बाजूला आणि आमचा मोर्चा वळला गिरधारीलाल हलवायाच्या दुकानात. दुकानात आत-बाहेर प्रचंड गर्दी. एका पुरीबरोबर कुठली तरी बटाट्याची भाजी घालून द्रोणात दिली जात होती. आम्ही भाजी न घेता नुसती बेडमी पुरी मागितली तर आश्चर्याने पाहत तो आम्हाला खास यूपी स्टाईलमध्ये म्हणाला, 'लेलो बाबूजी, फिर मांगोगे' आणि आम्ही ते घेतले. एक बेडमी खाऊन समाधान झाले नाही. या बेडमीबरोबर तुम्ही भाजी कितीही मागू शकता. त्याला ते आलू की चटणी म्हणतात. बेडमी पुरीतही दोन-तीन प्रकार आहेत. एकतर साध्या कणकेच्या पुरीला एका बाजूने वाटलेल्या मुगाच्या डाळीचा मसाला लावून ती पुरी तळणे, दुसरा प्रकार पुरीच्या आतमध्ये मुगाची डाळ भरून तळणे. या 'बेडमी पुरी'चा वेगळाच प्रकार मला दिल्लीत पाहायला मिळाला. ती चक्क कचोरीसारखी थोडी कडक अशी 'बेडमी पुरी' होती. तिच्याबरोबर सुद्धा बटाट्याची रस्सेदार भाजी होती. हा प्रकार 'छोटेलाल की बेडमी' या नावाने दिल्लीत तुम्हाला खायला मिळेल. जुन्या दिल्ली स्टेशनला उतरले की, पहाडगंज मेन बाजार नावाची एक खूप गजबजलेली गल्ली आहे. तेथून साधारण एक फर्लांग समोर गेले की, डावीकडे एका छोट्या चौकात याचे दुकान आहे. दिल्लीला गेलात तर बेडमी मात्र जरूर खा... बेडमीबरोबर गरम दुधाची कढई बाजूला होती आणि शुद्ध तुपातले गुलाबजाम सोबतीला होते. याशिवाय 'मिरचौनी' नावाचा एक प्रकार मला तिथे दिसला. हा प्रकार म्हणजे आपल्या वाळलेल्या मसाल्याच्या मिरचीसारखा होता.

मथुरा, वृंदावन येथे 'इस्कॉन' मंदिराच्या समोरच्या गल्लीत मला एक प्रकार पाहायला मिळाला. त्याचे नाव होते 'चावल के फरे'.

बनारसमध्ये 'पापड की रोटी' नावाचा अप्रतिम पदार्थ खाल्ला. हा पदार्थ तुम्हाला पोढोलिया येथील मारवाडी भोजनालयातच मिळेल. त्यांनतर लखनौमधल्या हजरगंज जवळच्या कुंजविहारी भोजनालयात सुखी अजवाईनवाली अरबी, लखनौमधलेच गलौटी कबाब, टुंडे के कबाब व काकोरी कबाब प्रसिद्ध आहेत. आणि हे काकोरी

कबाब अबीद भाईच्या चौकीवरचेच खावे. यांचा हा कबाब बनवण्याचा पिढीजात धंदा आहे. काकोरी गाव हे यांचे मूळ स्थान. काकोरी म्हण्ाजे इंग्रजांच्या काळात भगतसिंगने रेल्वेतील त्यांची रोकड लुटलेले ठिकाण. तसेच अलाहाबादमधला मटर का चिवडा, मटर की हरी सब्जी म्हणजेच ताज्या हिरव्या मटारांच्या ग्रेव्हीमध्ये मटर व सोयाबीनच्या वड्या घालून तयार केलेली भाजी. इथलेच कुरमुरे के लड्डू, कुरमुरे की पपडी प्रसिद्ध आहे. बनारस येथील भेलपुरामधले चाटचे विविध प्रकार, दही भल्ले खाऊन तर आपण चाट होतो. तसेच मुघल सराई मधले छोले व फतेपूर येथील ठाकूर मिष्टान्न भंडारचे गुलाबजाम निव्वळ लाजवाब. अलाहाबादला गेलात तर तिथे चौक नावाचा प्रकार आहे. तिथले हरीरामचे सामोसे निर्यात होतात. बटाट्याचीच भाजी असलेले हे सामोसे आठ-आठ दिवस खराब होत नाहीत हे इथले वैशिष्ट्य. कानपूरला गेलात तर मिरचौना भागातले 'ठग्गू के लड्डू' अतिशय प्रसिद्ध आहेत. या दुकानावर लिहिलेली एक म्हण आहे. ती म्हणजे 'ऐसा कोई सगा नही, जिसने किसको ठगा नही.'

बनारसी खाण्याबरोबर बनारसी पानाचे सुद्धा बरेच महत्त्व आहे. पानाचे असंख्य वेगवेगळे प्रकार इथे आपल्याला पाहायला मिळतात. 'हिरालाल की पान दुकान' या अतिशय प्रसिद्ध अशा पानाच्या दुकानात मी गेलो. याची पानेसुद्धा निर्यात होतात म्हणे. पानाचे प्रकार लाजबाब होते. इथल्या वेगवेगळ्या आकारांच्या पानांनी मन मोहून जाते. त्याची एक पद्धत होती, पान तयार झाले की, डाव्या हातातली घंटी तो जोराने वाजवी आणि ते पान स्वतःच्या हाताने तुमच्या तोंडात घाली. जेणेकरून तुमचा हात काथाने लाल होऊ नये.

आग्र्यातील पेठा तर सर्वांना माहीत आहे. आता या पेठ्यातही वेगवेगळे प्रकार निघाले आहेत. विशिष्ट जातीच्या पांढऱ्या कोहळ्यापासून हा पेठा तयार करतात. यात वेगवेगळे स्वाद असलेला छोटा, गोल, रंगीत असा पेठा इथे तुम्हाला मिळेल. या पेठ्याला 'अंगुरी पेठा' सुद्धा म्हणतात. इथेच मला 'पान मिठाई' नावाचा प्रकार पहायला मिळाला. 'पान मिठाई' म्हणजे पेठ्याच्याच कोहळ्यापासून पातळ असा पानाच्या आकाराचा भाग कापून, त्याला पूर्ण पेठ्याची ट्रीटमेंट देऊन, त्यात वेगवेगळा सुका मेवा भरून पानासारखे बांधणे. हा प्रकार सुद्धा विदेशात निर्यात होतो.

तर असा आहे उत्तर प्रदेश! खाण्याच्या विविध पदार्थांनी समृद्ध असलेला! इथे एकदा जाऊन इथली चव चाखता येणार नाही, तर वारंवार जाऊन याची मजा घ्यावी लागेल.

गोभी मुसल्लम

साहित्य

कोबी मध्यम आकाराची १ नग, दही १५० ग्रॅम, तूप १०० ग्रॅम, मोठा कांदा १ नग, आले १ इंच, खसखस १ चमचा, तिखट पाव चमचा, हळद पाव चमचा, जिरे पाव चमचा, दालचिनी १ काडी, काजू ५ नग, हिरवी वेलची २ नग, लवंग ५ नग, मीठ चवीनुसार, जायपत्री.

कृती

कोबी धुवून त्याची पाने व देठ काढून घ्यावे. तसेच कांदा बारीक चिरून घ्यावा व सोनेरी रंगाचा होईपर्यंत परतून घ्यावा. त्यात थोडे दही घालून पेस्ट बनवून घ्यावी. आले, जायपत्री, लवंग, वेलची व दालचिनी वेगवेगळी बारीक करून घ्यावी. खसखस थोडी परतून त्यात काजू घालून त्याची पेस्ट करून घ्यावी. मिठाच्या उकळत्या पाण्यामध्ये कोबी घालून लगेच बाहेर काढून घ्यावी. एका कढईमध्ये तूप तापवून त्यात कोबी उलटी ठेवा. सोनेरी रंगाची झाल्यावर पलटवून देठाकडचा भाग परतून घ्यावा. मग ही कोबी दह्यात घालून ठेवावी. सर्व पेस्ट व पावडरी एकत्र करून घ्याव्या. त्यात हळद, तिखट व चवीनुसार मीठ घालून एकत्र करून घ्यावे. हे मिश्रण कोबीवर ओतावे. एका पसरट भांड्यात ही कोबी ठेवून मुरवावी. वरून तूप ओतावे. हे भांडे झाकून निखाऱ्यावर ठेवावे व काही निखारे झाकणावर सुद्धा ठेवावे. कोबी शिजू द्यावी. एकीकडे कढईत थोडे तूप घालून जिऱ्याची फोडणी करावी व त्यात मटार आणि चवीपुरते मीठ घालून शिजवावे. असे शिजलेले मटर एका प्लेटवर घ्यावे व त्यावर कोबी ठेवून वाढावे.

मटार चिवड्यासोबत खायची चटणी

साहित्य

घोटलेले दही १ वाटी, किसमिस अर्धी वाटी, (किसमिस रात्रभर भिजवून ठेवावे.) किसलेले आले अर्धी वाटी, खोबरे अर्धी वाटी, मीठ, साखर चवीनुसार.

कृती

सर्व साहित्य चांगले एकत्र करून त्याची चटणी बनवून घ्यावी व मटर चिवड्याबरोबर खावी.

मटार चिवडा

साहित्य

हिरवे मटार १ वाटी, जाड पोहे १ वाटी, बडीशेप १ चमचा, आले- लसूण पेस्ट २ चमचे, हिरवी मिरची, कोथिंबीर पेस्ट ४ चमचे, मीठ, साखर चवीनुसार, मलई अर्धी वाटी.

कृती

पोहे पाण्यात भिजवून ठेवावे. तेलामध्ये मोहरी फोडणीला घालून त्यात आले-लसूण, कोथिंबीर व हिरवी मिरचीची पेस्ट चांगली परतून घ्यावी. त्यानंतर त्यात मटार घालून चांगले शिजवावे. थोडे पाणी घातले तरी चालेल. मटार चांगले शिजून पाणी सुकल्यावर त्यात पोहे, चवीनुसार मीठ, साखर व मलई टाकावी. जास्तीत जास्त मलई टाकल्याने चिवड्याची लज्जत अजूनच वाढते.

दम भेंडी

साहित्य

भेंडी अर्धा किलो, टोमॅटो पाव किलो, सिमला मिरची १५० ग्रॅम, कांदे २ नग, तिखट पाव चमचा, हळद पाव चमचा, तेल १५० ग्रॅम, सरसूचे तेल, मीठ चवीनुसार.

कृती

भेंडी धुवून देठ व टोके काढून घ्यावीत. तसेच टोमॅटो, कांदा व सिमला मिरची जाडसर चिरून घ्यावी. एका कढईमध्ये तेल तापवून त्यात भेंडी परतून घ्यावी. तेलातून काढून बाजूला निथळत ठेवावी. कढईतील तेल थोडे कमी करून त्यात चिरलेला कांदा गुलाबी होईपर्यंत परतावा. नंतर त्यात टोमॅटो व सिमला मिरची घालून पाच मिनिटे पुन्हा परतावे. या मिश्रणात तळलेली भेंडी, मीठ, तिखट व हळद घालून नीट एकत्र करावे. कढई झाकून मळलेल्या कणकेच्या साहाय्याने घट्ट झाकण लावून बंद करावी. (सील करतो तसे) व अशा बंद कढईच्या वर निखारे ठेवावे. ही कढई अगदी मंद आचेवर ठेवून पंधरा मिनिटे शिजायला ठेवावी. नंतर ही भाजी प्लेटमध्ये काढून चपातीबरोबर खायला द्यावी.

वरकी पराठा

वरकी पराठा किंवा वर्क पराठा सहसा वरणाबरोबर वाढला जातो. बनवायला अगदी सोपा असा हा प्रकार आहे. हा पराठा बाकी पराठ्यांपेक्षा जास्त काळ टिकतो. वरकी पराठा हा सहल किंवा लहान प्रवासांसाठी अगदी योग्य असा पदार्थ आहे. हा पराठा कबाबबरोबर सुद्धा खाता येतो. वरकी पराठा सकाळच्या नाश्त्याला किंवा जेवणालासुद्धा खायला देऊ शकतो.

साहित्य

कणिक १ किलो, तूप ५० ग्रॅम, साखर २० ग्रॅम, पाणी, मीठ चवीनुसार.

लेअरकरिता साहित्य : मलई १५० ग्रॅम, कणिक ५० ग्रॅम, केवडा इसेन्स.

कृती

कणकेत मीठ, तूप, साखर व थंड पाणी घालून एकत्र मळून घ्यावी व अर्धा-पाऊण तास थंड जागी ठेवावी. नंतर या कणकेचे गोळे बनवून लहान-लहान पोळ्या लाटून घ्याव्या. एका पोळीवर थोडे तूप लावून अर्धी घडी घालून घ्यावी. यावर सुद्धा तूप लावून पुन्हा चतकोर दुमडून घ्यावी. अशा चतकोर पोळीचा हलक्या हाताने पुन्हा गोळा करून घ्यावा व पुन्हा एकदा वरची कृती करावी. सर्वांत शेवटी या गोळ्याची मोठी पोळी लाटून घ्यावी व ओव्हनमध्ये ठेवून बेक करून घ्यावी.

लेअरच्या स्टफिंगसाठी : मलई, कणिक व तूप एकत्र करून चांगले मळून घ्यावे व त्यात थोडासा इसेन्स घालावा. हे मिश्रण आपण वर बनविलेल्या पोळीला तूप लावण्याऐवजी लावू शकतो. एक वेगळीच चव आपल्याला मिळेल.

पनीर मालपुवा

साहित्य

पनीर २०० ग्रॅम, बदाम पिस्त्याचे काप २ चमचे, रबडी १ वाटी, तूप २ चमचे, साखर १ चमचा.

कृती

मिक्सरमध्ये पनीरची पेस्ट बनवताना त्यात २ चमचे गव्हाचे पीठ मिसळावे. १ चमचा साखर मिसळून याचे दोन इंच आकाराचे डोसे बनवावे. नॉनस्टिक पॅन असेल तर तुपाचा वापर करू नये. केलेल्या डोशावर रबडी, बदाम पिस्ता टाकून खायला द्यावे.

पनीर लॉलीपॉप

साहित्य

किसलेले पनीर १ वाटी, उकडलेला बटाटा १ वाटी, आले-लसूण पेस्ट २ चमचे, कॉर्न स्टार्च अर्धी वाटी, अजिनोमोटो, व्हिनेगर, टोमॅटो सॉस, सोया सॉस, तीळ ५ ते ६ चमचे, बारीक चिरलेला लसूण ४ चमचे, कोथिंबीर २ चमचे, तेल तळायला, सूप स्टिक ८ ते १०, काळी मिरी पावडर अर्धा चमचा.

कृती

सर्वप्रथम पनीर, बटाटा, चवीनुसार मीठ, अर्धा चमचा अजिनोमोटो, आले-लसूण पेस्ट एकत्र करून व १ चमचा व्हिनेगर टाकून चांगले मळून घ्यावे. सूप स्टिक घेऊन या मिश्रणाचा १ गोळा कॉर्न स्टार्चच्या साहाय्याने लॉलीपॉपप्रमाणे सूप स्टिकच्या टोकावर लावावा. वरून पुन्हा थोडे कॉर्न स्टार्च लावून ते तळावे. मंद आचेवर खरपूस तळलेले लॉलीपॉप एका बशीत काढा. दुसऱ्या फ्राय पॅनवर १ चमचा तेलात गरम झाल्यावर लसूण, तीळ, टोमॅटो सॉस, सोयासॉस, कोथिंबीर घालून त्यावर लगेच तयार केलेले लॉलीपॉप घालावे. मोठ्या गॅसवर परतून गरमागरम वाढावे.

खस्ता कचोरी

साहित्य

मैदा ४ वाट्या, तेल १ किलो, मीठ, साखर, आमचूर पावडर चवीनुसार, हळद, तिखट, धणे, जिरे पावडर, भरडलेले धणे, भरडलेली बडीशेप, आले-लसूणची पेस्ट ४ चमचे, बेसन १ वाटी, कसुरी मेथी, कोथिंबीर.

कृती

आरारोट, मीठ आणि अर्धी वाटी तेल घालून मैदा भिजवावा. भिजवताना चांगले मळावे. गोळा एकजीव झाला पाहिजे. नंतर कढईत १ चमचा तेल घेऊन त्यात मोहरी तडतडल्यावर इतर सर्व मसाल्यांचे जिन्नस व बेसन घालून भाजून घ्यावे. नंतर यात थोडेसे पाणी व उर्वरित जिन्नस घालून मसाला तयार करावा. त्यानंतर तळहातावर मावेल एवढा मैद्याचा गोळा करून त्यात तयार मसाला भरावा. त्याला वाटीसारखा आकार देऊन कोमट तेलात मंद आचेवर तळावे.

आवळा पेठा

साहित्य

आवळे, साखर

कृती

भांड्यात पाणी न घालता प्रेशर कुकरमध्ये आवळे ठेवून ३ शिट्ट्या करून उकडून घ्यावे. थंड झाल्यावर त्याच्या पाकळ्या मोकळ्या कराव्या. त्यात फोडींच्या दुप्पट साखर मोजून घालून बाजूला ठेवाव्या. त्यापैकी अर्धी साखर आणि फोडी एकत्र करून ३- ४ दिवस ठेवाव्यात. दिवसांतून ३-४ वेळा हलवावे. चाळणीवर फोडी घालून निथळून घेऊन उरलेली साखर घालून परत ३ दिवस ठेवावे. चौथ्या दिवशी परत चाळणीवर निथळणे. २-३ तास उन्हात वाळवावे. आवळा पेठा तयार.

काठी रोल

साहित्य

मैद्याच्या तयार पोळ्या २ नग, पुदिन्याची हिरवी चटणी २ चमचे, कोबी, सिमला मिरची, गाजर बारीक चिरलेले १ वाटी, तयार पनीर टिक्का ५-६ नग (पनीरला आले-लसूणची पेस्ट, दही लावून भाजून घेणे), मेयॉनीज सॉस २ चमचे, (फ्रेश क्रीम व मस्टर्ड ऑईल, व्हिनेगर, मीठ, साखर एकत्र करून घेणे) लोणी २ चमचे.

कृती

तव्यावर पोळी शेकून घ्यावी. त्यानंतर तिच्यावर मेयॉनीज सॉस, हिरवी चटणी, तयार पनीर टिक्क्याचे तुकडे व भाज्या घालून विशिष्ट पद्धतीने रोल करून गरम खायला द्यावे.

दिल्ली

दिल्ली ही भारताची राजधानी! यमुना नदीच्या पश्चिम तटावर वसलेले हे शहर मी लहान असल्यापासूनच मला आवडायचे. याचा विस्तार दोन भागांमध्ये आहे. जुनी दिल्ली व नवी दिल्ली. जुनी दिल्ली हे मुघल साम्राज्याचा वारसा चालवणारे व तटबंदींनी घेरलेले शहर. तर नवी दिल्ली एकदम चकचकीत! मोठ-मोठे रस्ते, त्यांच्या आजूबाजूचे विस्तीर्ण बगीचे, उंच, भव्य इमारती व सगळीकडे स्वच्छ. या भागात सायकल रिक्षाला मज्जाव आहे. पण खरे सांगू, दिल्ली म्हटले की, सायकल रिक्षाशिवाय मजा नाही. जंतर-मंतर, पुराना किल्ला, जामा मशीद, फतेपुरी इथे रिक्षाची आणि खाण्या-पिण्याची रेलचेल असते.

इंग्रजांनी कोलकात्याहून १९११ मध्ये आपली राजधानी दिल्लीला आणली व तो भाग नवी दिल्ली या नावाने ओळखला जाऊ लागला. त्या भागाचा नियोजनबद्ध पद्धतीने विकास केला गेला. प्रसिद्ध वास्तुशास्त्रज्ञ लूटिन्स व बेकर यांनी अतिविशाल आणि भव्य अशी इंग्रजांची राजधानी येथे विकसित केली. मोठ-मोठे रस्ते, त्याच्या बाजूला सर्व ऋतूंत बहरणारी नियोजनबद्ध पद्धतीने लावलेली वृक्षराजी, त्याचबरोबर मोठ-मोठे भव्य चौक, राजपत्रित अधिकाऱ्यांचे भव्य बंगले निर्माण केले. राजधानीचे शहर असल्यामुळे विमानसेवा तसेच रस्त्यांनी भारताच्या सर्व भागांशी हे शहर जोडण्यात आले. राष्ट्रीय महामार्ग क्रमांक १,२,८,१० व २४ येथूनच सुरू होतात. नवी दिल्लीस उत्तर रेल्वेचे मुख्यालय आहे. नवी दिल्ली व जुनी दिल्ली ही येथील मुख्य स्थानके. त्याचबरोबर टिळक ब्रिज, कॅनॉट प्लेस, ओखला, गुरगाव, वल्लभगड, गाजियाबाद, सूरजकुंड, हजरत निजामुद्दीन, तुघलकाबाद, फरीदाबाद ही इतर स्थानके. हा प्रदेश महाभारताइतकाच प्राचीन आहे. येथे पांडवांनी इंद्रप्रस्थ या आपल्या राजधानीची स्थापना केली होती. त्यानंतर प्राचीन, मध्ययुगीन मुघल, ब्रिटिश व स्वातंत्र्योत्तर काळातील संस्कृती व वास्तुशिल्पांचा अतिसुंदर असा समन्वय येथे पाहायला मिळतो.

दिल्ली हे राजधानीचे शहर असल्यामुळे इथे निश्चितच लोकांची ये-जा जास्त. गल्लोगल्ली परदेशी तांडे दिसतील. आजूबाजूच्या राज्यातील लोक चरितार्थासाठी येथे आले. व येताना नकळत त्यांनी आपली खाद्यसंस्कृतीही आणली.

दिल्ली ही जशी भारताची राजधानी आहे, तशीच खाण्या-पिण्याच्या बाबतीतही दिल्ली तिला मी 'खाद्यधानी' म्हणेन. इथे माणूस पाच रूपयांपासून दहा हजार रूपयांपर्यंत पोट भरू शकतो. लाल किल्ल्याच्या आसपास पदपथावर तुम्हाला कित्येक खोमचेवाले दिसतील. अगदी कमी किंमतीत तुम्ही इथे पोट भरू शकाल. शेगडीवर काटकोनात ठेवलेली हंडी, त्यात असलेले छोले, बाजूला लोणचे आणि रंगतदार सॅलेड. इथेच तुम्हाला अजून एक प्रकार पाहायला मिळतो, तो म्हणजे अक्षरशः बादलीत असलेली भाजी व पिशवीत ठेवलेल्या पोळ्या अथवा नान. दिल्लीला गेल्यावर मी एक संध्याकाळ वेगळी काढून ठेवतो. त्यावेळी मी चांदणी चौकातून फतेपुरीपर्यंत एक रिक्षा करतो. फतेपुरीला उतरून थोडे समोर गेले तर उजवीकडे गल्लीच्या तोंडाशी काकेदी हट्टी नावाचे दुकान आहे. मला कित्येक जणांनी इथे जाऊन जेवण टेस्ट करायला सांगितले पण तिथले बाह्यरूप पाहून

माझी हिंमतच झाली नाही. एकदा मात्र हा योग आला. मी तिथे गेलो आणि त्या दुकानाच्या प्रेमातच पडलो. समोर दोन मोठ्या ओट्यांवर मांड्या ठोकून नान लावण्यात मग्न असलेली पोरे. आतमध्ये गेल्यावर इथे पाच-सहा प्रकारचे नान, जिरा राईस, शाही पनीर व दोन साध्या भाज्या मिळत असल्याचे समजले. जेमतेम २५ लोक बसू शकतील एवढी जागा. पण सकाळी १० वाजल्यापासून रात्री ११ पर्यंत हाऊसफुल्ल. तिथे गेल्यावर १० ते १५ मिनिटे वेटिंग असतेच. इथला एक नान तिघेजण मिळून खाऊ शकतात. ३० किंवा ३५ रुपयाचा नान. यात भरपूर मसाला भरलेला. मसाल्यातले प्रकार म्हणजे आलू मसाला, गोबी मसाला, मुली का मसाला किंवा पनीर. याबरोबर दुधी-भोपळ्याचे रायते व बटरचा एक चौकोन. हे एवढे समोर आले की क्या बात है! काही बघायला नको... पोट तुडुंब भरून बाहेर आले की उजवीकडे तुम्हाला एक मिल्क शेकवाला दिसेल. त्याच्याकडे बाराही महिने तुम्हाला 'मँगो मिल्क शेक' मिळेल. तिथला फालुदा आणि मिल्क शेक खाता आला नाही तर माझ्या मनात सतत अपराधीपणाची भावना टोचत असते. त्यामुळे पोट कितीही भरले असले तरी मी हा मिल्क शेक प्यायल्याशिवाय किंवा फालुदा खाल्ल्याशिवाय तेथून येत नाही.

इथला माझा आवडीचा अजून एक छंद म्हणजे सकाळच्या वेळी भूक लागली असताना रस्त्याच्या कडेला मिळणारे मुळा, गाजर, बीट याचे सॅलेड खाणे. या सॅलेडबरोबर चाट मसाला नावाचा जो प्रकार असतो तो निव्वळ अप्रतिम. याने भूक तर भागते, पण पोट भरत नाही. उलट पुढे अजून काहीतरी छान खाण्याकरिता पोटात जागा होते. तसे म्हटले तर नुसत्या खाण्याकरिता दिल्लीत एक आठवडा थांबावे. कदाचित तो सुद्धा कमी पडेल. मी दिल्लीला गेलो की पहाडगंजला मेन बाजार इथले माझे एक हॉटेल ठरलेले आहे. छोट्या बोळात असलेले हे हॉटेल आतून मात्र एकदम चकाचक आहे. इथे राहण्याचे दोन फायदे. एक तर बऱ्याच वेळा जात असल्यामुळे सगळे लोक मला ओळखतात व इथे जवळच मिळत असलेली 'छोटेलालची बेडमी पुरी' मला अतिशय आवडते. सकाळी हॉटेलच्या खाली उतरल्याबरोबर गरमा-गरम चहा, त्याबरोबर ब्रेड आणि भरपूर बटर खाणे हा माझा आवडता छंद! कुठेही जायला या गल्लीतूनच बाहेर पडावे लागते. त्यामुळे रस्त्यावर थाटलेली बरीच दुकाने दिसतात व नवनवीन माहिती मिळते. स्टेशनवरून या गल्लीत शिरताना उजवीकडे थोडे आतल्या बाजूला एक छोले-भटुरेवाला

आहे. त्याच्याकडे मिळणारे पनीर भटुरा व पिंडी छोले खायलाच हवे. मग दिल्ली मेट्रो ट्रेनने पटेल चौकला उतरावे. स्टेशनच्या बाहेर पडल्यावर डावीकडून सरळ सरळ गेले की झाडांनी आच्छादित असा एक परिसर दिसतो. तिथे रस्त्यावरच वेगवेगळ्या प्रकारच्या गाड्या तुम्हाला दिसतील. त्यात चायनीज, साऊथ इंडियन, चाटवाले, भेळ, पिझ्झा, बर्गरपासून छोले भटुऱ्यापर्यंत सगळ्या गाड्या दिसतील. आल्हादायक वातावरणात तुमच्या समोर सगळे पदार्थ तयार होत असतात. ही मजादेखील एकदा घ्यायला हवी. अगदी पोट फुटेस्तोवर खाल्ले तरी पाच व्यक्तींचे बिल ५०० ते ६०० च्या घरात जाते. यानंतर तुम्ही गूगलवर सर्च इंजिनमध्ये बी.टी. डब्ल्यू. हा शब्द टाकाल तर तुम्हाला बिट्टू टिकियावाला याचे काऊंटर दिल्लीत कुठे-कुठे आहेत हे कळेल. पण त्याची मजा मात्र बिट्टूच्या ठेल्यावर जाऊनच घ्यावी.

जामा मशिदीजवळ मोगलाई जेवणाची मजा तुम्हाला घेता येईल. याशिवाय झोरबाच्या समोर एक इस्लामिक सेंटर आहे, तिथे तुम्हाला मुस्लिम पद्धतीचे अप्रतिम जेवण मिळेल. बाकी करीम्सबद्दल तर सर्वांनाच माहीत आहे. त्यांच्या अनेक शाखा आहेत, आणि तंदूर रोटी, नान, पराठा या उत्तर भारतीय पदार्थांचा तुम्हाला कंटाळा आला तर कॅनॉट प्लेसला सर्वांना या फूड जॉईंटमध्ये तुम्ही जावे आणि तेथे तुम्हाला अस्सल दाक्षिणात्य पद्धतीचे जेवण व इतर पदार्थ मिळतील. तसे तिथे ते थोडे महाग आहेत; पण स्वच्छता, नीटनेटकेपणा व मुख्य पदार्थांबरोबर पाच-सहा प्रकारच्या ज्या चटण्या तिथे मिळतात त्यामुळे आपण मोजलेले पैसे वाया जात नाहीत.

भारतातली काही शहरे अशी आहेत की त्या नावाच्या शहराबरोबर एखाद्या पदार्थांचा उल्लेख जोडलेला असतो. जसा कोल्हापूरचा पांढरा-तांबडा रस्सा, पुण्याची मिसळ, जळगावची शेव-भाजी, नागपूरचे सावजी, लखनौचे कबाब तशीच दिल्लीची बिर्याणी. दिल्लीला जाऊन बिर्याणी न खाता परत येणे म्हणजे पाप करण्यासारखे आहे. म्हणून बिर्याणी खायची असेल तर जुन्या दिल्लीत 'हुमणू की बिर्याणी' नावाचे एक दुकान आहे. तिथे समोरच एक पाटी लिहिली आहे. 'लो कर लो बात, यही है असली हुमणू'. कारण याची बिर्याणी इतकी प्रसिद्ध आहे की, या नावाने दोन-तीन दुकाने उघडलेली आहेत. गंमत म्हणजे इथून बिर्याणीचे पार्सल घेऊन गेलात तर ती बिर्याणी तुम्हाला दहा रुपयांनी स्वस्त पडते. नाही म्हणायला

बिर्याणीची काही दुकाने सदर बाजारला सुद्धा सापडतात. या सर्व प्रकारांबरोबर मिठाईत सुद्धा दिल्ली मागे नाही. आसपासच्या मोठ्या शहरांमधून लोक इथे व्यवसायासाठी आले. त्याबरोबर त्यांची संस्कृती सुद्धा आली, खाण्याच्या पद्धती आल्या आणि मिठाईचे एक नवीन दालन दिल्लीकरांसाठी उघडले. उदाहरणार्थ कोलकात्याचा हल्दीराम. अनेक प्रकारच्या मिठायांबरोबर हल्दीरामचे चाट सुद्धा प्रसिद्ध आहे. मिठाईकरिता अजून एक नाव घ्यावे लागेल, ते म्हणजे भिकाजी की मिठाई, करोलबागेतले प्रसिद्ध असे ठिकाण. काही वर्षांपूर्वी मी तिथे आपल्या भाकरीएवढ्या जाडीची, जवळपास तेवढीच मोठ्ठी साय व त्याबरोबर सुहारी म्हणजेच पुरीचा एक प्रकार खाल्ला होता. आणि गंमत म्हणजे यात साखर नव्हती, साखर हवी असेल तर वेगळी पिठीसाखर वरून घालायची. पण खरे सांगतो, त्या दुधाची गोडी इतकी अप्रतिम होती, की मला साखरेची गरजच पडली नाही.

दिल्ली हे राजधानीचे ठिकाण असल्यामुळे सर्व भारतातलेच काय तर देश-विदेशातले लोक तिथे येतात. त्यामुळे इथे अनेक प्रदर्शने भरतात. त्यातली काही महत्त्वाची ठिकाणे म्हणजे दिल्ली हाट (हाट म्हणजे बाजार), प्रगती मैदान, सूरजकुंड का मेला इथे आंतरराष्ट्रीय स्तरावरची प्रदर्शने भरतात. भारतातल्या विविध प्रांतातून आलेले लोक त्या-त्या प्रांतात तयार होणाऱ्या वस्तूंबरोबर खाद्यपदार्थांचेही स्टॉल लावतात. त्यामुळे भारतातल्या विविध भागांतल्या खाद्यसंस्कृतीची आपल्याला ओळख होते. म्हणून दिल्लीत असाल तर या ठिकाणी प्रदर्शनांचा शोध घ्यावा, आणि एकदा जाऊनच बघा. काही दिवसांपूर्वी दिल्लीतल्या अक्षरधाम मंदिरात गेलो असताना तिथे एक मोठे फूड मॉल मला दिसले. ते फूड मॉल तिथले संन्यासी चालवत होते. त्यामुळे स्वच्छता व नीटनेटकेपणा तर होताच. पण तिथले जेवण म्हणजे विविध प्रांतांतल्या जेवणांचा मेळ होता. व विशेष म्हणजे यात कुठेही कांदा, लसूण वापरलेला नव्हता. शुद्ध तुपाचा घमघमाट व सगळीकडे लख्ख, नीटनेटके वातावरण. सेल्फ सर्व्हिस असली तरी एका उत्साहाने वातावरण भारलेले होते. तिथे मला एक छान पाककृती मिळाली. ते होते मटर पनीरच पण मटारचे दाणे दुधात शिजवलेले होते व त्यात पनीर तळून टाकलेले होते, चवीला मीठ व थोडीशी काळी मिरी घातलेली होती. आणि त्याबरोबर गरम पराठे म्हणजे निव्वळ एकच शब्द 'क्या बात है!'

बेडमी पुरी (सागवाली)

साहित्य

मैदा १ वाटी, मुगाच्या डाळीचा भरडा अर्धी वाटी, हळद, तिखट चवीनुसार, धणे-जिरे पावडर १-१ चमचा, बडीशेप १ चमचा, अनारदाणे ४ चमचे, आमचूर पावडर १ चमचा,

सागकरिता : बटाटे शिजवून सोललेले १ वाटी, हळद, तिखट चवीनुसार, धणे-जिरे पावडर १-१ चमचा, मीठ चवीनुसार, आले-लसूण पेस्ट २ चमचे.

कृती

मैदा घट्ट भिजवून घ्यावा. नंतर २ चमचे तेलात आले-लसूण पेस्ट भाजून त्यामध्ये मुगाच्या डाळीचा भरडा, हळद, तिखट, धणे-जिरे पावडर, अनारदाणे, बडीशेप घालून चांगले परतून घ्यावे. चवीनुसार मीठ व कोथिंबीर घालून झाकून ठेवावे. मैद्याच्या गोळ्याची एक छोटी पुरी लाटून त्यामध्ये तयार मसाला भरावा. दोन्ही हातांनी दाबून चपटे करावे. पुरीप्रमाणे लाटून तेलात तळावे. ज्याप्रमाणे कचोरी तळताना मंद आचेवर कचोऱ्या तळतात व फुलून येतात, तसे यांना करायचे नाही. तेल गरम झाल्यावर या पुऱ्या थोड्या कडक खरपूस तळून घ्याव्या. दुसऱ्या एका पॅनमध्ये चार चमचे तेल घेऊन त्यामध्ये जिरे, आले-लसूण पेस्ट, हळद, तिखट, धणे-जिरे पावडर एकत्र करून बटाटा घालावा. त्यात थोडे पाणी घालून शिजवून घ्यावे. बेडमी पुरीवर ही भाजी टाकून सर्व्ह करावे.

गजरेला

साहित्य

चिरलेले गाजर २ वाट्या, कॉर्न स्टार्च ४ चमचे, साखर १ वाटी, पेढे ४ नग, तूप २ चमचे, मीठ चिमूटभर.

कृती

गाजर किसून त्यामध्ये एक चिमूट मीठ व कॉर्न स्टार्च टाकावे. नंतर तव्यावर थोडे तूप लावून त्यावर किसलेले गाजर डोश्याप्रमाणे पसरवावे. त्यावर थोडी साखर व पेढे कुस्करून घालावे. मंद आचेवर थोडे कडक करून आवश्यकतेनुसार तूप घालावे. नंतर याचा रोल करून वरून चांदी वर्ख लावून वाढावे.

बदाम लॉलीपॉप

साहित्य

बदाम पेस्ट १ वाटी, भाजलेले बदाम अर्धी वाटी, मिल्क पावडर अर्धी वाटी, पिठीसाखर अर्धी वाटी, काजू पावडर अर्धी वाटी, साजूक तूप ४ चमचे, आईस्क्रीमच्या काड्या ५-६, साखर १ वाटी.

कृती

प्रथम फ्राय पॅनवर बदामाची पेस्ट व साजूक तूप घालून परतावे. थोडे तूप सुटल्यावर मिश्रणाला थंड करून त्यात मिल्क पावडर व पिठीसाखर घालून गोळा मळावा. नंतर याचे छोटे-छोटे लॉलीपॉप तयार करून ते साखरेच्या कॅरामलमधे बुडवून नंतर भाजलेल्या बदामाच्या तुकड्यांमध्ये घोळवून वाढावे.

पंजाबी पद्धतीचे काळे छोले

साहित्य

काबुली चणे अर्धा किलो, आवळा सुपारी पाव वाटी, भाजून वाटलेला कांदा १ वाटी, आले-लसूण पेस्ट अर्धी वाटी, तूप १ वाटी, हळद, तिखट चवीनुसार, धणे-जिरे पावडर २-२ चमचे, अनारदाणे अर्धी वाटी, मीठ चवीनुसार.

मसाल्याकरिता :

शहाजिरे २ चमचे, धणे २ चमचे, काळी मिरी १ चमचा, कलौंजी २ चमचे, लवंग १ चमचा, स्टारफूल ३-४ नग, बडीशेप १ चमचा, सुंठ ३ चमचे, ओवा १ चमचा. सर्व मसाले मंद आचेवर काळसर भाजून त्याची पूड करा. काबुली चणे व आवळा सुपारी एकत्र करून ५ तास आधी भिजवून ठेवावे.

कृती

पॅनमध्ये तूप गरम झाल्यावर त्यामध्ये आले-लसूण पेस्ट भाजून घ्यावी. नंतर यात कांद्याची पेस्ट, अनारदाणे, तयार केलेला काळा मसाला अर्धी वाटी, चवीनुसार हळद, तिखट घालून चांगले परतून घ्यावे. नंतर यात शिजवलेले छोले घालून व्यवस्थित उकळावे. चवीनुसार मीठ, कोथिंबीर घालून वाढावे.

पनिरी भटुरे

साहित्य

किसलेले पनीर २ वाट्या, मैदा ५ वाट्या, यीस्ट १० ग्रॅम, दही अर्धी वाटी, मीठ १० ग्रॅम, रवा १ वाटी.

कृती

पनीर वगळता बाकी सर्व मिश्रण एकत्र करून छान भिजवून मळून बाजूला ठेवावे. यीस्ट टाकण्यापूर्वी यीस्ट ॲक्टिवेट करून घ्यावे. (त्याकरिता यीस्टमध्ये थोडी साखर, मैदा व कोमट पाणी टाकून १० मिनिटे ठेवावे. नंतर वापरायला घ्यावे.) गोळा मळून १५-२० मिनिटे ठेवावा. तो फुलून वर येईल. नंतर त्याचे छोटे-छोटे गोळे करून बाजूला ठेवावे. भटुरे तळतेवेळी मैद्याच्या गोळ्यामध्ये थोडे किसलेले पनीर भरून भटुरा बनवावा. तेलात तळून छोल्याबरोबर किंवा कांदा, लिंबू व मिक्स पद्धतीचे पंजाबी लोणचे याबरोबर वाढावा.

फालुदा

साहित्य

तुळशीचे बी पाव वाटी, रबडी १ वाटी, कुल्फी १ नग, रुहअफजा सिरप ४ चमचे, बदाम-पिस्ते पाव वाटी, दूध अर्धी वाटी.

कृती

सर्वप्रथम तुळशीचे बी धुवून दुधात भिजवून ठेवावे. एका ग्लासमध्ये सर्वप्रथम रबडी, त्यावर तुळशीचे बी नंतर कुल्फी, बदाम पिस्त्याचे काप व सर्वांत शेवटी रुहअफजा सिरप घालून लगेच सर्व्ह करावे.

आलू चाट

साहित्य

उकडलेले बटाटे ५-६, चाट मसाला १ चमचा, काळी मिरी १ चमचा, जिरे पावडर १ चमचा, बारीक केलेली कसुरी मेथी १ चमचा, तूप ४ चमचे, अनारदाणे ४ चमचे, कोथिंबीर.

कृती

सर्वप्रथम बटाट्याचे मोठे तुकडे करून ते तुपात खरपूस तळून घ्यावे. नंतर त्यावर सर्व मसाले थोडे-थोडे घालून वर बारीक चिरलेली कोथिंबीर, अनारदाणे घालून वाढावे.

शिरमाल

साहित्य

मैदा अर्धा किलो, दूध १ वाटी, तूप ५० ग्रॅम, यीस्ट १० ग्रॅम, बेकिंग पावडर १ चमचा, साखर १०० ग्रॅम, बदाम पिस्ते ४-४ चमचे, तीळ १ चमचा, चांदी वर्ख, फ्रेश क्रीम २ चमचे, मध २ चमचे.

कृती

एक वाटी दूध, एक वाटी पाणी गरम करून गॅस बंद करावा. मग त्यामध्ये साखर, मीठ, बेकिंग पावडर घालून एकत्र करावे. नंतर यात मावेल एवढा मैदा घालून गोळा भिजवावा. बदाम-पिस्ता इत्यादी सुका मेवा घालून त्याच्या घडीच्या पोळ्या बनवून मंद आचेवर तंदूरमध्ये शेकावे. वाढताना वरून फ्रेश क्रीम व मध घालून वाढावे.

आलू टिकीया

साहित्य

उकडलेले बटाटे अर्धा किलो, चिंचेची चटणी अर्धी वाटी, पुदीना चटणी अर्धी वाटी, मलईचे दही १ वाटी, बारीक चिरलेला कांदा अर्धी वाटी, कोथिंबीर, शेव १ वाटी, चाट मसाला १ चमचा, तूप पाव वाटी, काळी मिरी १ चमचा.

कृती

बटाटे कुस्करून यामध्ये चवीनुसार मीठ व कॉर्न स्टार्च घालून त्याचे गोल गोळे तयार करून खोलगट तव्यावर तुपामध्ये तळून घ्यावे. वाढताना गोळा चपटा करून खरपूस परतून घ्यावे. प्लेटवर घेऊन त्यावर दही, चिंचेची चटणी, पुदिन्याची चटणी, कांदा, कोथिंबीर व शेव घालून वाढावे.

निहारी-कुलचा

साहित्य

मटण १ किलो, बोन्स (फासळ्या) १ किलो, तिखट १ चमचा, काश्मिरी मिरची पावडर १ चमचा, मीठ १ चमचा, हळद अर्धा चमचा, आले पेस्ट अर्धी वाटी, लसूण पेस्ट अर्धी वाटी, धणे पावडर २ चमचा, सुंठ पावडर १ चमचा, लिंबाचा रस ४ चमचे, तूप दीड वाटी, कणिक ६ चमचे, खडा मसाला पावडर ४ चमचे.

कृती

सर्वप्रथम मटण तेलामध्ये तळून नंतर मीठ, आले-लसूण लावून कुकरमध्ये ४ शिट्ट्या होईपर्यंत शिजवून घ्यावे. तुपात आले-लसूण पेस्ट परतून त्यामध्ये हळद, तिखट, काश्मिरी मिरची पावडर, धणे पावडर, सुंठ पावडर, लिंबाचा रस घालावा. मसाला चांगले परतल्यावर त्यामध्ये ६ चमचे कणिक घालून छान परतून घ्यावा. आवश्यकतेनुसार पाणी घालून मसाला तेल सुटेस्तोवर परतावे. नंतर यात शिजवलेले मटण घालून थोडे परतावे व कोथिंबीर, मीठ घालून कुलचाबरोबर सर्व्ह करावे.

मसाला कुलचा

१ चमचा यीस्टला थोड्या गरम पाण्यात, साखर व कणिक घेऊन काचेच्या ग्लासात फुगण्याकरिता ठेवावे. कणिक अर्धा किलो, मीठ १० ग्रॅम, साखर २० ग्रॅम, यीस्ट १० ग्रॅम, तेल वा वनस्पती तूप ४० ग्रॅम, ओवा एक चमचा, बारीक चिरलेला लसूण ४ चमचे, बारीक चिरलेली कोथिंबीर घेऊन मिश्रण एकजीव करावे. कोमट पाण्यात कणिक भिजवून एक तास उबदार जागेत ठेवावी. नंतर छोटे छोटे गोळे करून ते सुद्धा १० ते १५ मिनिटे ठेवावे. एक पॅन गरम करून तयार झालेले गोळे हाताने थापून पॅनमध्ये ठेवून पॅन झाकून ठेवावे. २ ते ३ मिनिटानंतर ते फुलून वर येईल, वाटल्यास दुसऱ्या बाजूनेही शेकून घ्यावे. (तशी गरज नसते.)

मध्य प्रदेश

मध्य भारतातील मध्यभागी असलेला हा प्रदेश क्षेत्रफळाच्या दृष्टीने भारतातील दुसरा सर्वांत मोठा प्रदेश म्हणून ओळखला जातो. या प्रदेशाच्या इतिहासाची सुरुवात सम्राट अशोक या राजाच्या आगमनाने झाली. सर्वप्रथम सम्राट अशोकाने मध्य प्रदेशातील उज्जैन या शहरावर आपले शासन प्रस्थापित केले. पूर्वी मध्य भारतातील अधिकांश भाग गुप्त साम्राज्याच्या अधीन होता. अकराव्या शतकाच्या सुरुवातीला मध्यभारतात मुस्लिम शासकांचे आगमन झाले. सर्वांत प्रथम मोहम्मद गजनवी, त्यानंतर महंमद घोरी यांनी आपल्या शासन काळात मध्य प्रदेशातील काही भागांना दिल्लीशी जोडून घेतले. त्यामुळे मध्य प्रदेशाच्या खाद्यसंस्कृतीवर उत्तर प्रदेश किंवा दिल्लीचा पगडा असल्याचे जाणवते. मध्य भारत हा मोगल साम्राज्याचा एक सर्वांत मोठा हिस्सा राहिलेला आहे. मराठ्यांचा प्रभाव सुरू होण्यापासून १७९४ मध्ये महादजी शिंदे यांच्या मृत्यूपर्यंत मध्य भारतात मराठ्यांचा बोलबाला राहिला. परंतु यानंतर छोटी-छोटी राज्ये बनल्यानंतर ब्रिटिश शासनकर्त्यांनी येथे आपले पाय रोवले.

इंदूरमधील राणी लक्ष्मीबाई, गोंडची महाराणी कमलापती आणि राणी दुर्गावती इत्यादी इथल्या महान स्त्री शासकांनी उत्कृष्ट शासनकर्त्या म्हणून भारतातील इतिहासात आपले नाव सुवर्ण अक्षरांनी कोरले. भारत स्वतंत्र झाल्यावर १ नोव्हेंबर १९५६ रोजी मध्य प्रदेशाची एक घटक राज्य म्हणून स्थापना झाली. २००० पूर्वी छत्तीसगड हा मध्य प्रदेशाचाच एक भाग होता. मध्य प्रदेशच्या उत्तरेला उत्तरप्रदेश, पूर्वेला छत्तीसगड, पश्चिमेला राजस्थान व गुजरात आणि दक्षिणेला महाराष्ट्र आहे. मध्य प्रदेशात अनेक सण साजरे केले जातात. त्यात आदिवासींचा एक महत्त्वपूर्ण सण म्हणजे भगोरिया. हा सण आदिवासी लोक आपल्या परंपरागत पद्धतीने साजरा करतात. खजुराहो, भोजपूर, पचमढी आणि उज्जैनमध्ये शिवरात्रीला परंपरागत चालत आलेल्या लोकांच्या कला व संस्कृतीचे सुंदर दर्शन पहायला मिळते. याचप्रमाणे ग्वाल्हेरमध्ये तानसेन संगीत समारोह, मयहरमध्ये उस्ताद अलाउद्दीन खाँ संगीत समारोह, उज्जैनचा कालिदास समारोह आणि खजुराहोमध्ये नृत्य समारोह हे मध्य प्रदेशातील काही प्रसिद्ध कला महोत्सव. जबलपूरमध्ये संगमरवरासाठी प्रसिद्ध असलेल्या भेडाघाट येथेही आता वार्षिक नर्मदा उत्सवाला सुरुवात झालेली आहे.

नैसर्गिक सौंदर्यासाठी मध्य प्रदेश पूर्वीपासून फार प्रसिद्ध आहे. देशातील पवित्र व महत्त्वपूर्ण तीर्थस्थळे पर्यटकांसाठी आकर्षणाचे केंद्र बनली आहेत. येथील पवित्र तीर्थस्थळांमध्ये पचमढी, महेश्वर, ओंकारेश्वर, उज्जैन, चित्रकूट आणि अमरकंटक यांचा समावेश आहे. यांच्या धार्मिक महत्त्वामुळे या शहरांना पवित्र शहर म्हणून घोषित करण्यात आले आहे.

आता तुम्ही म्हणाल की, खाण्याबद्दल बोलता-बोलता मी ही माहिती कशी आणि का देतो आहे. त्याचे कारण असे की, खाद्यकोशाच्या निमित्ताने भारतातील हे सगळे भाग माझ्या पाहण्यात येतात व खाण्याच्या पदार्थांच्या शोधात असताना ओघाओघाने ही माहिती मला मिळते. प्रत्येक भागाला आपली एक वेगळी खाद्यसंस्कृती असते. मध्यप्रदेश हा भाग भारताच्या मध्य भागात असल्यामुळे भारताच्या संपूर्ण खाद्यसंस्कृतीचे दर्शन तुम्हाला इथे होते. इंदूर, उज्जैन ही इथली खाण्यासाठी प्रसिद्ध ठिकाणे. इंदुरी सराफा तर जगप्रसिद्ध आहे. त्याचबरोबर इंदुरवासीयांची सकाळची न्याहारी पोहे आणि जिलबी शिवाय होत नाही. असे म्हणतात की, इंदुरी खवय्ये दररोज पाच हजार किलो पोहे फस्त करतात. त्याचबरोबर गेल्या काही वर्षांपासून इंदूरला चौका-चौकात उपवासाची खिचडी

हातगाडीवर मिळू लागली आहे. बरे, इथली उपवासाची खिचडीही वेगळी असते. एका भांड्यात पाणी उकळत असते, त्यावर छिद्र-छिद्र असलेले दुसरे भांडे ठेवतात. नंतर त्यात भिजवलेला साबुदाणा घालतात आणि त्यावर झाकण ठेवतात. तुम्ही ऑर्डर केली की, त्यातला थोडा गरम साबुदाणा ते घेणार. त्यात दाण्याचा कूट, तयार बटाट्याचा चिवडा व वरून मीठ, लिंबू, साखर मिसळून झटक्यात प्लेट तुमच्या समोर ठेवणार. त्यावर एक लिंबाची फोड व तळलेली हिरवी मिरची ठेवायला मात्र विसरणार नाही. अशी दुकाने जागोजागी दिसतात.

इंदूरला अजून एक प्रकार मी खाल्ला, तो म्हणजे उपवासाचा वडाभात. उपवासाच्या भाजणीचे वडे तळून ते शिजवलेल्या भगरीमध्ये कुस्करून, त्यावर जिऱ्याची फोडणी घालतात. वर जोडीला फोडणीचे ताक किंवा दाण्याची आमटी, असा हा अप्रतिम वडाभाताचा प्रकार मी तिथे खाल्ला. असे वेगवेगळे प्रकार इंदूरलाच खावे. म्हणूनच की काय तिथे अन्नपूर्णा देवीचे मंदिर आहे. इंदूरच्या सराफामध्ये एक दहीवडेवाला बसतो, त्याचे नाव जोशी दहीवडेवाला. त्याचे वैशिष्ट्य असे की तो छान गाणी म्हणत दहीवडा बनवितो. आपले नाव हळूच विचारून त्या गाण्यामध्ये गुंफतो. एका मोठ्या द्रोणात एकच चपटा दहीवडा येतो. प्रथम दहीवडा, त्यावर भरपूर मलईदार दही व बोटांच्या पाच चिमटी करून त्यात पाच वेगवेगळे मसाले हाताने लीलया टाकून तो द्रोण गरगर फिरवत वर फेकतो. त्यामुळे हे छान मिसळते. ही सगळी करामत आपण आश्चर्याने बघत असताना दहीवडा केव्हा आपल्या पुढे येतो हे सुद्धा कळत नाही. तसेच तो इतका छान असतो की केव्हा संपतो हेही कळत नाही. यामध्ये अजून एक गंमत असते, ती म्हणजे अशी की तुमची आणि जोशीजींची तार जुळली आणि तुम्ही दहीवडा खात असताना मध्ये ताज्या दह्याचा गंज आला, तर ते आग्रहाने बोलावून त्यातले दही देतील, तेही मुक्त हस्ते.

या सराफामध्ये आजकाल चायनीजच्या गाड्याही दिसू लागल्या आहेत. त्याचबरोबर साऊथ इंडियन पाककृतीसुद्धा दिमतीला असतात. इथला मक्याच्या कणसापासून तयार केलेला चिवडा प्रसिद्ध आहे. नाव जरी चिवडा असले तरी हा कुरकुरीत चिवडा नसतो. तर मक्याची कणसे किसून तव्यावर मीठ, मसाला टाकून त्यात परतून शिजवून द्रोणात आपल्याला देतात. अशाच पद्धतीचा शिरा सुद्धा इथे मिळतो. गोडामध्ये गुलाबजाम, मुगाचा हलवा, रबडी, घेवर, जिलबी इत्यादी पदार्थांचा समावेश असतो. इथे शिकंजी नावाचा प्रकार असतो. तो मी

चाखून पाहिला. त्यात दही घातले म्हणून मला आवडला नाही. तो पातळ केलेल्या श्रीखंडासारखा काहीसा होता. उत्तर प्रदेशातील शिकंजी यापेक्षा थोडी वेगळी आहे. तिथेच एका कोपऱ्यावर तुम्हाला 'गराडू' लिहिलेले दिसेल. नाव वेगळे असल्यामुळे कुतूहलापोटी आपण तिथे जातो. एका मोठ्या तव्यावर साजूक तुपात बटाट्यासारखा उकडलेला पदार्थ तळतात व त्यावर चाट मसाला इत्यादी टाकून देतात. 'गराडू' म्हणजे रताळ्याचाच एक प्रकार आहे. जानेवारी महिन्यात इथे गेलात तर गजक खायला मिळते. गजक हे तिळापासून तयार करतात. इथल्या रामबागेत रानड्यांची प्रसिद्ध कचोरी आहे. तिला 'लाल बालटीची कचोरी' असे सुद्धा म्हणतात. याचे कारण खूप वर्षांआधी जेव्हा रानड्यांनी हे दुकान सुरू केले तेव्हा दुरून दुकान दिसावे, म्हणून दुकानाच्या समोर लाल रंगाची प्लास्टिकची बादली टांगत व त्यामध्ये एक दिवा ठेवत. याचमुळे ती 'लाल बालटीची कचोरी' म्हणून प्रसिद्ध झाली.

याशिवाय इंदूरला एक गणपती मंदिर प्रसिद्ध आहे. त्याचे नाव खजराणा गणेश मंदिर. तिथल्या प्रसादात मिळणारा बुंदीचा लाडू इतका अप्रतिम असतो की, आमचे एक मित्र दर्शनासाठी नाही तर लाडवासाठी जरूर मंदिरात येतात. याशिवाय इंदूरच्या विजय चाट मंदिरचे चाटचे प्रकार बरेच प्रसिद्ध आहेत. छप्पनभोग व सराफा अशा दोन्ही ठिकाणी यांची दुकाने आहेत. मी ज्यावेळी इंदूरला गेलो त्यावेळी तिथे 'जत्रा' नावाचा खाद्य महोत्सव सुरू होता. या खाद्य महोत्सवात दर दिवशी लाखांच्या वर लोक येतात. एक आठवडा हा महोत्सव चालतो. याचे वैशिष्ट्य असे की, यात दीडशेच्या वर स्टॉल्स लागलेले असतात, आणि सगळीकडे फक्त मराठी जेवण मिळते. इथे अन्नपूर्णा केटरर्सच्या स्टॉलला मी भेट दिली. व तिथे मला अप्रतिम अशी झुणका भाकर आणि बरोबर अस्सल वऱ्हाडी ठेचा खायला मिळाला. याशिवाय तिथे लिहिले होते की, इथे खास जळगावहून आणलेल्या वांग्याचे भरीत मिळेल. माझ्या नशिबाने मला इंदूरला जळगावी वांग्याचे भरीत खायला मिळाले. चौकशी केल्यावर असे कळले की, वैशंपायन यांचा तो स्टॉल होता. यांचा केटरींगचा मोठा व्यवसाय आहे. ते दाल बाफले व दालवडे याकरिता प्रसिद्ध आहेत. त्यानंतर मेन मार्केट रोड इथल्या बाबुलाल पराठेवाल्याचे पराठे फार प्रसिद्ध आहेत. त्याचा तवा जवळपास १२ मि.मी. जाडीचा असतो. आणि त्यावर बनत असतात मोठे व वेगवेगळ्या प्रकारचे गरमागरम पराठे. त्याबरोबर मिळते मुक्त हस्ताने टाकलेले लोणी आणि सोबत दही-साखरेची वाटी.

यानंतर भोपाळकडे वळू या. भोपाळ म्हणजे युनियन कार्बाईड गॅस प्रकरणामुळे गाजलेली मध्य प्रदेशची राजधानी. इथे असणारा बडा तालाब म्हणजे समुद्रासारखा दिसणारा तलाव व याच्या काठावर भोपाळला वर्षभर मिळणारे ऊस, पुदिना व लिंबाचे सरबत. याशिवाय भोपाळच्या मनोहर डेअरीचा उल्लेखही करावा लागेल. नाव जरी डेअरी असले तरी इथले साऊथ इंडियन खाणे प्रसिद्ध आहे. त्याचबरोबर दिल्लीनंतर मला कुठला छोला भटूरा आवडला असेल तो इथलाच. याशिवाय इथल्या मिठाया, दुग्धजन्य पदार्थ संपूर्ण भोपाळमध्ये उपलब्ध असतात. सिटी मार्केटमध्ये हजारीलाल के 'मख्खन वडे' नावाचा मिठाईचा प्रकार मिळतो. हा काहीसा आपल्या बालूशाहीसारखा प्रकार आहे. पण तो खाऊन यायलाच पाहिजे. कारण, तो केल्याबरोबर संपून जातो. एखादा तास रांगेत उभे राहिल्यानंतर या मख्खन वड्याचे दर्शन होते. प्रत्येकी दोन प्लेटच्यावर हा मिळत नाही. तसे म्हटले तर भोपाळची अशी वेगळी खाद्य संस्कृती नाही. तरीपण जे सर्वसाधारण मोठ्या शहरांमध्ये हवे असे जेवण तिथे मिळते. बडा तालाबच्या किनारी असलेली रणजित हॉटेल आणि विन्सेंट हॉटेल ही भोपाळमधली प्रसिद्ध हॉटेल्स. पण तुम्हाला घरगुती प्रकारचे साधे जेवण हवे असेल तर राजश्री हॉटेलला पर्याय नाही. याशिवाय शाकाहारी भोजनासाठी एम. पी. पुरा येथील 'बापू की कुटीया' फार प्रसिद्ध आहे. याच्या दोन शाखा आहेत. मध्य प्रदेशात थोडे मुस्लिम वर्चस्व असल्यामुळे इब्राहीमपुरा येथे कबाब चांगले मिळतात.

मध्य प्रदेशातील मुलताई येथे माझे आजोळ. महाराष्ट्र व मध्य प्रदेशच्या सीमेवर हे गाव आहे. मुलताई म्हणजे हिंदी व मूळ तापी म्हणजे मराठी अशी दोन नावे या गावाला. इथे तापी नदीचा उगम झाला. त्यामुळे गाव मंदिरांनी वेढलेले, संध्याकाळी पाच वाजले की घंटानाद ऐकू येतो. सगळ्या मंदिरांत मिळणारा प्रसाद खात-खात तापीला चक्कर मारणे हा आमचा दिनक्रम. बरे, सगळ्या मंदिरांत प्रसादही वेगळे. कुठे गूळ-फुटाण्याचा लाडू तर कुठे काळ्या वाटाण्याची उसळ. देशमुखांच्या राम मंदिरातला हलवा पुरीचा प्रसाद मला अजूनही आठवतो. याशिवाय गोटा लाडू नावाचा प्रकार तिथे मिळतो. सातूचे पीठ व गुळाची काकवी यापासून तयार केलेला कडक लाडू. येथून जवळच वाघोडा नावाचे गाव आहे. इथले मुठीत मावतील असे आंबे चोखून खाण्यात जी मजा आहे ती मजा हापूस आंबा खातानाही येत नाही. माझ्या आजीचा मोठा वाडा होता. सगळीकडे शेणाने सारवलेले, परसदारी गाईचा गोठा,

त्यामागे शेती असा सगळा सरंजाम. सकाळी न्याहारीला आम्ही भावंडे बसायचो तेव्हा आदल्या दिवशीची शिळी पोळी, त्याबरोबर आंब्याचे लोणचे, कच्च्या शेंगदाण्याचे तेल व गुळाचा खडा ही न्याहारी. कुठल्याही पंचतारांकित हॉटेलच्या पक्वान्नांना लाजवेल अशी ही न्याहारी आहे. पण आता ते दिवसही गेले व ती मजाही गेली. पण मला आठवण आली की मी असा प्रकार खातो. तुम्ही सुद्धा खाऊन बघा.

नंतर आपण आपला मोर्चा ग्वाल्हेरकडे वळवू. मला ग्वाल्हेर मनापासून आवडते. तिथले रस्ते, घरे व हे किल्ल्याचे शहर असल्यामुळे वस्त्याही तशाच. या किल्ल्यांमध्ये ग्वाल्हेर किल्ला, भूलभुलैया असलेला मानसिंग पॅलेस, जयविलास पॅलेस पर्यटनासाठी प्रसिद्ध आहेत. ही शिंदे घराण्याची राजधानी असल्यामुळे काही वस्त्यांमध्ये जुने वैभव अजूनही दिमाखात उभे आहे. इथल्या लष्कर भागातल्या सराफा बाजारात गेलात तर ५०-६० वर्षे जुने दहली पराठेवाला हे दुकान आहे. वेगवेगळ्या पराठ्यांबरोबरच बिना कांदा, लसणाचे पराठे हवे असतील तर तेही येथे आपल्याला मिळतात. त्यानंतर नया बाजार येथील एस्. एस्. कचोरीवाला, पाटणकर बाजारातील पंडित स्वीट हे अतिशय प्रसिद्ध आहेत. गोडाचे नाव घेतल्यावर 'बहादुरा स्वीट्स'च्या बुंदीच्या लाडवांना विसरून चालणार नाही. कारण इथे लाडू बनवून ठेवत नाहीत, तर बनवून देतात हे यांचे वैशिष्ट्य. सकाळी ७.०० पासून लाडू तयार व्हायला सुरुवात होते. रात्री १२.००-१.०० पर्यंत दुकान उघडे असते. मी तीन तास उभे राहून हा खेळ गमतीने पाहात होतो.

जबलपूर, लखनादौन येथे मिळणारा कालाजाम निव्वळ अप्रतिम. लखनादौन येथे काला जामबरोबर रबडी खाण्याची पद्धत आहे. इथली एक आठवण सांगतो. नागपूरहून जबलपूरला जाणारी बस रात्री ८.३० वाजता निघते व मध्यरात्री कधीतरी लखनादौन येते. लखनादौन लागण्याआधी गावाबाहेर रबडी व काला जामची दुकाने लागतात. ती दुकाने २४ तास सुरू असतात. तुम्हाला आश्चर्य वाटेल. पण इथे बसमधील ८० टक्के लोक खाली उतरून मध्यरात्री काला जाम व रबडी खात असतात आणि नुसतेच खात नाहीत, तर पार्सलही बांधून घेऊन जातात. इथली पार्सलची व्यवस्था पण वेगळी आहे. मातीच्या मडक्यामध्ये रबडी व गुलाबजाम पार्सल करून देतात. आणि हा सगळा प्रकार लाकडाच्या चुलीवर होतो. त्यामुळे त्याला एक वेगळी चव असते. मी तर म्हणेन भारताला रबडी-जिलबी, दही-इमरती खाण्याची सवय मध्य प्रदेशानेच लावली. हिवाळ्याच्या दिवसात मिळणारा

भरपूर मलई असलेला मटार-चिवडा जबलपूरमध्येच खावा. ग्वाल्हेरचे श्रीखंड व इतरही दुग्धजन्य पदार्थ इथे मिळतात.

पचमढी - नागपूरहून पचमढीला जात असताना साधारण तीन-चार तासांनी 'अशोका ढाबा' हे ठिकाण लागते. त्याकरिता अक्काबाडी, परासियापासून १७ किलोमीटर एकच ढाबा आहे, तो म्हणजे अशोका ढाबा. तेथील पदार्थांची चव वेगळी आहे. याला दोन-तीन कारणे आहेत, ती अशी की या ढाब्याच्या आजूबाजूला दुसरा कुठलाही पर्याय नाही. नागपूरहून निघाल्यावर ३-४ तासांनी भूक लागलेली असते. तेथील गावठी वातावरण आणि ताजा स्वयंपाक खाणाऱ्याचे मन तृप्त करतात.

इंदूरहून राजस्थानला जाताना पंचमटीया स्वीट्स नावाचा एक मिठाई ढाबा आहे. लोक इथे मिठाई घ्यायला थांबतात. मी तिथे थांबलो असताना मला दहीवड्यासारखा प्रकार तिथे दिसला. मुळात दहीवडा मला अतिशय आवडतो, म्हणून मी काही विचार न करता गोल गरगरीत पांढरा शुभ्र, मलाईदार, दह्यात लपेटलेला हा प्रकार मागविला. तोडून खाल्ल्यावर लक्षात आले की तो दहीवडा नाही तर, तिथला प्रसिद्ध असा प्रकार म्हणजेच मीठा भल्ला आहे. हा प्रकार तुम्ही नक्की करा.

मीठे भल्ले

साहित्य

पनीर पाव किलो, सोजी (रवा) पाव वाटी, इनो १ चमचा, तयार रबडी २ वाट्या, पिस्ते १ चमचा, बदाम१ चमचा, केशर, पिवळा रंग, साखर २ वाट्या.

कृती

पनीर मिक्सरमध्ये बारीक करून त्यामध्ये रवा, इनो, चिमूटभर मीठ मिसळून त्याचा घट्ट गोळा तयार करावा. वाफवून घ्यावा. साखरेचा पातळ पाक तयार करून त्यात तयार गोळे बुडवून बाहेर काढावे. पाक निथळल्यावर वाढताना त्यावर तयार रबडी व सुक्या मेव्याची पूड करून घालावी.

छत्तीसगड

मध्य प्रदेशातील काही भाग वेगळा करून नव्याने स्थापित झालेले हे भारतातील २६ वे घटक राज्य आहे. १ नोव्हेंबर २००० रोजी या प्रदेशाची नव्याने स्थापना करण्यात आली. प्राचीन काळात या भागाला 'दक्षिण कौशल' या नावाने ओळखले जात होते. या भागाचा उल्लेख रामायण व महाभारत या महान काव्यात सुद्धा केलेला आहे. पूर्वी या प्रदेशावर पांडुवंशी, सोमवंशी, कलचुरी आणि नागवंशी राजांचे शासन होते. कलचुरी राजाने छत्तीसगड या प्रदेशावर इसवी सन ९८० पासून १७९१ पर्यंत सत्ता गाजविली. त्यानंतर १८५४ मध्ये ब्रिटिशांच्या आक्रमणामुळे या प्रदेशाला एक वेगळे महत्त्व प्राप्त झाले. १९०४ मध्ये इथला संबलपूर हा भाग ओडिशा या राज्यात विलीन झाला आणि सरगुजा बंगालमधून वेगळा करून छत्तीसगड या राज्याशी जोडण्यात आला.

भारतातील दोन क्षेत्रे अशी आहेत, की ज्यांचे विशेष कारणामुळे नाव बदलवण्यात आले. एक म्हणजे मगध आणि दुसरा म्हणजे दक्षिण कौशल. जास्तीत जास्त बौद्ध विहार स्थापित असल्यामुळे मगध राज्याला 'बिहार' नाव देण्यात आले. दक्षिण कौशल या राज्यात असलेल्या छत्तीसगडमुळे या राज्याला हे नाव मिळाले.

छत्तीसगड या राज्याच्या पूर्वेला दक्षिणी झारखंड आणि ओडिशा, पश्चिमेला मध्य प्रदेश आणि महाराष्ट्र, उत्तरेला उत्तर प्रदेश आणि पश्चिमी झारखंड आणि दक्षिणेला आंध्र प्रदेश वसलेला आहे. क्षेत्रफळाच्या दृष्टिकोनातून छत्तीसगड हे भारतातील नववे सर्वांत मोठे राज्य मानले जाते. छत्तीसगडच्या दक्षिणी भागात मुख्यतः गोंड जातीचे लोक राहतात. लोकसंख्येच्या दृष्टीने हा तेथील सर्वांत मोठा आदिवासी समूह आहे. पूर्वी महाकौशलमधील अधिकतर भाग 'गोंडवाना' म्हणून ओळखला जात असे.

नुकत्याच एका कार्यक्रमाच्या निमित्ताने जगदालपूरला गेलो होतो. आता छत्तीसगड आणि त्यात जगदालपूर म्हणून थोडा साशंक होतो की, कसे लोक असतील, त्यांना कुठले पदार्थ आवडत असतील? पण कार्यक्रम सुरू झाला आणि मी चाट पडलो. कारण कार्यक्रमाला मोठ्या प्रमाणात बायका आल्या होत्या. त्यांना पदार्थांविषयी माहितीही बरीच होती व जाणून घ्यायची इच्छाही खूप होती. कार्यक्रमादरम्यान तिथल्या स्थानिक पदार्थांची चर्चा करताना बरीच नावे पुढे आली, जशी 'तसमई', 'खुरमी', 'ठेठरी', 'चिला' इत्यादी. त्यातील तसमई हा एक खिरीसारखा गोड पदार्थ असतो. दूध आणि तांदळाचा वापर करून हा प्रकार तयार केला जातो. विशेषतः गरमीच्या दिवसात हा पदार्थ खाल्ला जातो. खुरमी हा पण एक गोडाचाच प्रकार आहे. पण यात गहू आणि तांदूळ याचा वापर करतात. यात गूळ, चिरौंजी, नारळाचा चव घातल्यामुळे स्वाद द्विगुणित होतो. ठेठरी हा एक नमकीन पदार्थ आहे. याचा आकार लांबट व गोलसर असतो. यात मुख्यतः बेसनाचा वापर करतात. फरा हा प्रकार भारतात तीन ठिकाणी वेगवेगळ्या पद्धतीने बनविला जातो. याआधी मी लिहिले आहे, की तांदळाचे फरे महाराष्ट्रात होतात, 'चावल के फरे' उत्तर प्रदेशात होतात. इथे नुसते फरे करतात. या तिन्ही प्रकारांमध्ये साम्य एकच असते ते म्हणजे तांदूळ. उत्तर प्रदेशाच्या व महाराष्ट्राच्या फऱ्यांबद्दल मी आधी चर्चा केली आहे. पण इथल्या फरा या

प्रकारात गूळ असतो व तो वाफवून वरून फोडणी घालतात. त्यानंतर तिथल्या आठवडी बाजारात गेलो असताना इथले बरेच प्रकार मला चाखायला मिळाले. आणि एक गंमत मला दिसली ती म्हणजे बाजारात विकायला येणारी मुंग्यांची अंडी. त्यापासून चटणी बनवितात. गंमत अशी की त्या अंड्यांतून मुंग्या बाहेर पडत होत्या.

डोंगरगढ नावाच्या गावात एक बूढा देव मंदिर आहे. तिथला प्रसाद म्हणजे तसमई. अप्रतिम चवीचा हा प्रकार खायलाच हवा. त्यानंतर चित्रकूट इथे पाण्याचा धबधबा आहे. अतिशय मोठा, विशाल हा धबधबा आणि जवळच्या पाण्यात कुठलेतरी कमळासारखे दिसणारे झाड होते. त्याच्या पानांची भजी तिथे मिळत होती. चवीला छान होती, पण एक किंवा दोनच आणि तीही गरमच. कारण यामध्ये भरपूर तेल होते. 'छप्परी के पकौडे' असे त्याला म्हणत होते. तसेच कोरबा येथे बरीच मल्टिक्युजिन रेस्टॉरंट्स दिसली. त्याचे कारण असे की, हे औद्योगिक शहर म्हणून ओळखले जाते व येथे भारताच्या वेगवेगळ्या ठिकाणाहून अधिकारी मंडळी आलेली आहेत. त्यानुसार या भागातील खाद्यसंस्कृती तयार झाली आहे. त्यानंतर मी जेथून नर्मदा नदीचा उगम झाला त्या अमरकंटकला सुद्धा गेलो. इथल्या जंगलात अस्वले आढळतात. 'धर्मशाळांचे गाव' असेच याला म्हणता येईल. सगळीकडे मंदिरे... घंटांचा नाद ऐकू येतो. येथे एक अग्रवाल भोजनालय आहे. स्वच्छ, नीटनेटके आणि बिना कांदे-लसणाचे जेवण इथे मिळते. याचे वैशिष्ट्य म्हणजे हे सर्व जेवण चुलीवर बनविलेले असते. त्यामुळे याची चव वेगळीच लागते. तुम्ही जर भोरमदेव येथे जाल तर तुम्हाला चंदेल वास्तुशैलीचे अकराव्या शतकातील उत्कृष्ट मंदिर पाहायला मिळेल. याला छत्तीसगडचे खजुराहोसुद्धा म्हणतात. मंदिराच्या बाहेर 'बारई की होटल' नावाचा दुकानवजा प्रकार आहे. तिथे चांगले शाकाहारी जेवण मिळते, ते सुद्धा स्वस्त.

रायपूर म्हणजे छत्तीसगड राज्याची राजधानी. येथे ठेठरी आणि खुरमी ही खासियत आहे. हे दोन्हीही गोडाचे पदार्थ आहेत. यामध्ये मैदा, तांदळाचे पीठ वगैरे वापरून सणावाराला घराघरात करतात. रायपूर पहिल्यापासूनच औद्योगिक शहरात मोडले जाते आणि आता छत्तीसगडची राजधानी झाल्यामुळे त्याला एक वेगळे महत्त्व प्राप्त झाले आहे. इथल्या हॉटेल्समध्ये फेरफटका मारल्यावर असे

लक्षात आले की, इथे सुद्धा पंजाबी पदार्थांचा पगडा जास्त आहे. याला कारण - वेगवेगळ्या शहरातून इथे आलेले लोक. त्यातही उल्लेख करावा अशी चार-पाच हॉटेल्स आहेत. शहराच्या मधोमध जयस्तंभ चौकातील देविका हॉटेल हे शाकाहारी जेवणासाठी प्रसिद्ध आहे. त्याचप्रमाणे जुन्या हॉटेल्समध्ये गिरनार, मयुरा यांचा प्रामुख्याने उल्लेख करावा लागेल. सिटी कोतवालीजवळ मला काम होते, तिथे मला एका दुकानात बरीच गर्दी दिसली. चौकशी केल्यावर असे समजले, की मनिया महाराज नावाच्या माणसाची प्रसिद्ध कचोरी तिथे मिळते. मी पण रांगेत उभा राहिलो. अर्ध्या तासाच्या प्रतीक्षेनंतर मिटक्या मारत मनिया महाराजांची कचोरी खाल्ली. तिथे अजून एक माहिती मिळाली की इथल्या सदर बाजार परिसरात पंधरा वर्षांपूर्वी मद्रासहून एक मद्रासी छोटा ठेला घेऊन आला व त्याने आपले इडली सांबाराचे दुकान लावले. लोकांना त्याची चव एवढी आवडली की, आता सकाळी इडली खायची असेल तर रात्रीच नंबर घ्यावा लागतो. त्यानंतर सांगायचे म्हणजे विमानतळाजवळ राजधानीला साजेल, असे बेबी लॉन हॉटेल आहे. तिथे सर्व प्रकारचे उत्कृष्ट दर्जाचे जेवण मिळते. शहरात यांची दुसरी शाखासुद्धा आहे.

रखिया बडी (छत्तीसगडी पाककृती)

साहित्य

बिनसालीची उडीद डाळ अर्धा किलो, पांढरा कोहळा, मीठ चवीनुसार.

कृती

उडीद डाळ पाच-सहा तास भिजत घालावी. नंतर ती वाटावी. त्यात दीड वाटी कोहळ्याचा कीस, थोडे मीठ घालून तळहातावर त्याच्या गोल बिस्कीटाएवढ्या वड्या करून उन्हात वाळवाव्या. या मिश्रणात कोहळ्याचा कीस घालण्याऐवजी मेथीची भाजी चिरून (एक वाटी) घालता येते. या वड्या तेलात परतून कांदा, टोमॅटोच्या रश्श्यात घालाव्यात. ही छत्तीसगडची पाककला आहे.

इंदुरी पॅटीस

साहित्य

बटाटे पाऊण किलो, ब्रेड १०० ग्रॅम, वाटाणे १५० ग्रॅम, आमचूर पाव चमचा, तळण्यासाठी तेल, हिरवी मिरची, आल्याचा तुकडा, कांदे १०० ग्रॅम, कोथिंबीर, लिंबाचा रस, गरम मसाला चिमूटभर.

कृती

बटाटे उकडवून घ्यावे. नंतर सोलून चांगल्या प्रकारे एकत्र करावे. ब्रेडचे तुकडे पाण्यात भिजवून बाजूला ठेवावे. काही वेळाने त्यातून पाणी निथळून गेल्यावर ब्रेड बटाट्यामध्ये मिसळावा. त्यामध्ये मीठ, लिंबाचा रस घालावा. वाटाणे मिक्सरमध्ये जाडसर भरडून घ्यावे. त्यात कापलेला कांदा टाकावा व खरपूस भाजून घ्यावा. नंतर बारीक चिरलेली मिरची व आले टाकावे. भरडलेल्या वाटाण्यात मीठ टाकावे व चांगल्या प्रकारे शिजवावे. त्यानंतर कोथिंबीर, गरम मसाला व आमचूर मिसळावी. बटाट्याच्या मिश्रणापासून छोट्या वाट्या तयार कराव्या व वाटाण्याचे मिश्रण प्रत्येक क्यूबमध्ये भरावे. त्यानंतर वाट्यांचे तोंड बंद करून तेलात मंद आचेवर तळावे.

पनीर खिचडी

साहित्य

बारीक कापलेले पनीर १ वाटी, दाण्याचे कूट अर्धी वाटी, हिरवी मिरची, लिंबू, कोथिंबीर, मीठ, साखर, तेल

कृती

फ्राय पॅनमध्ये तेल गरम करून प्रथम जिरे, हिरवी मिरची, त्यानंतर पनीर टाकून परतून घ्यावे. त्यानंतर त्यात दाण्याचे कूट व उरलेले साहित्य टाकून परतून थोडी वाफ आणून खायला द्यावे.

टीप

- हा खिचडी प्रकार शोधण्यामागचे कारण हे की, खिचडी करायचे म्हटले की, साबुदाणा २-३ तास अगोदर भिजवावा लागतो व तो कधी-कधी चिकट होतो त्यामुळे खिचडी चांगली लागत नाही. याचबरोबर साबुदाण्यापेक्षा पनीरमध्ये कितीतरी पौष्टिक तत्त्वे आहेत. त्यामुळे खिचडीचा हा नवीन प्रकार मला फारच आवडला.

बिनतेलाचा दहीवडा

साहित्य

उडदाची डाळ, मीठ, खाण्याचा सोडा, मलईचे घोटलेले दही, चाट मसाला, साखर, कोथिंबीर, चिंच चटणी.

कृती

उडदाची डाळ थोडी भाजून नंतर भिजवून (२ ते ३ तासांनंतर) वाटून घ्यावी. त्यात चवीनुसार मीठ, सोडा घालून फेटावे. फेटताना एवढे लक्षात ठेवा की, त्यात हवेचा फुगवटा तयार झाला पाहिजे. दुसऱ्या पातेल्यात पाणी उकळत ठेवून त्यात थोडे मीठ घालावे. उकळी आल्यावर गॅस मंद करून त्यात वडे म्हणजेच डाळीचे गोळे करून सोडावे. १ ते २ मिनिटे कमी गॅस करावा व नंतर मोठ्या गॅसवर ७ ते ८ मिनिटे शिजवून पाणी निथळत ठेवावे. थंड झाल्यावर प्लेटमध्ये वडा घेऊन त्यावर घोटलेले दही, चाट मसाला, चटणी, कोथिंबीर घालून वाढा. लक्षात सुद्धा येणार नाही की हा तळला नाही आहे ते!

कॉर्न कबाब (तळलेले)

साहित्य

जाडसर दळलेले मक्याचे दाणे, उकडलेला बटाटा २ वाट्या, मक्याचे पीठ १ वाटी, आले, लसूण, हिरवी मिरची, कोथिंबीर यांची पेस्ट ४ चमचे, कसुरी मेथी १ चमचा, धणे-जिरे पावडर १ चमचा, तेल तळायला.

कृती

फ्राय पॅनमध्ये २ चमचे तेल घेऊन त्यात जिरे घालावे. त्यात हिरवी मिरची, आले-लसूण घालून थोडे भाजल्यावर उरलेले सगळे मसाले, कोथिंबीर घालून खमंग भाजावे. नंतर हा मसाला, मक्याचे दाणे व बटाटा एकत्र करून सर्वांत शेवटी या सारणात मक्याचे पीठ मिसळावे. गोलसर चपटे कबाब तयार करून तळावे. चाट मसाला, पुदीना चटणी व कोशिंबीरबरोबर खायला द्यावे.

टीप

- मक्याच्या पिठात तेलाचा अंश असल्यामुळे कबाब खुसखुशीत होतात. त्यामुळे त्यात मोहन किंवा सोडा घालू नये.

पनीर कचोरी (खारी)

साहित्य

किसलेले पनीर १ वाटी, मैदा ३ वाट्या, तळायला तेल, आले-लसणाची पेस्ट पाव वाटी, धणे -जिरे पावडर अर्धा चमचा, तिखट चवीनुसार, आमचूर पावडर अर्धा चमचा, हळद पाव चमचा, मीठ चवीनुसार, कसुरी मेथी, बडीशेप, बेकिंग पावडर अर्धा चमचा.

कृती

दोन चमचे तेल गरम झाल्यावर त्यात बडीशेप घालावी. नंतर आले- लसणाची पेस्ट, हळद, तिखट, धणे-जिरे पावडर इत्यादी जिन्नस घालून मसाला चांगला भाजून घ्यावा. त्यानंतर यात किसलेले पनीर घालून गॅस बंद करून घ्यावा. मसाला थंड करून घ्यावा. त्यानंतर चवीनुसार मीठ, मोहन व पाव चमचा बेकिंग पावडर घालून मैदा पाण्याने चांगला मळून घ्यावा. तो आपटून-आपटून एकजीव करावा. अर्धा तास ओल्या कापडाखाली झाकून ठेवावा. नंतर त्याच्या छोट्या-छोट्या पाऱ्या घेऊन त्यात पनीरचे सारण भरावे. या पारीला खोलगट वाटीचा आकार देऊन तेलात टाकून नंतर तेल मंद आचेवर गरम करायला सुरुवात करावे. जसे-जसे तेल गरम होईल तशी-तशी कचोरी छान फुलेल. खजूर किंवा चिंचेच्या चटणीबरोबर खायला द्यावे.

टीप

- गरम तेलात कचोरी तळू नये, त्याने ती फुगणारही नाही व आतून कच्ची राहील.

आसाम

आसाम हे भारताच्या पूर्वांचल भागात आहे. पूर्वांचलात आसाम, अरुणाचल प्रदेश, नागालँड, मणिपूर, मिझोरम, त्रिपुरा, मेघालय इत्यादी प्रदेशसुद्धा आहेत. बाजूला बांगलादेश, भूतान, तिबेट, चीन यांच्या सीमा आहेत. त्यामुळे या भागावर पगडाही त्यांचाच.

इथल्या लोकांची चेहरेपट्टीही जवळपास सारखीच आहे. आसामचा चहा जगप्रसिद्ध आहे. दिब्रूगड येथे ब्रह्मपुत्रा नदीजवळ चहाचे मळे आढळतात. गुवाहाटीला लागून असलेली दिसपूर ही आसामची राजधानी असून नव्याने तयार झालेली 'प्लॅण्ड सिटी'. मानस नावाचे व्याघ्र अभयारण्य येथे आहे. याशिवाय येथून १३ किमी अंतरावर असलेला राजेश्वर सिंग यांनी बांधलेला नऊ मजली प्रचंड राजवाडा, त्या जवळ असलेली करंगघाट, रंगघाट, जोयसागर, गौरीसागर, छरलदेव इत्यादी प्रेक्षणीय स्थळे हे इथले आकर्षण. मणिपूर येथील मोईरांगजवळ असलेले आझाद हिंद सेनेचे स्मारक पाहण्यासारखे आहे. तसेच मिझोरममधील निळ्याभोर पर्वतरांगा प्रसिद्ध आहेत. आसामचा मुख्य सण बिहू हा आहे. सर्व धर्मांचे लोक एकत्र येऊन हा सण साजरा करतात. हा सण मुख्यतः शेतीशी जोडलेला आहे.

आसाममधील लोकांचा मुख्य व्यवसाय शेती हा आहे. येथील शेतीमध्ये चहाचे उत्पादन सर्वांत जास्त प्रमाणात घेतले जाते. येथून खूप मोठ्या प्रमाणात चहाची निर्यात केली जाते. त्यामुळे निरनिराळे 'टी फेस्टिव्हल' दरवर्षी घेतले जातात. चहासोबत तांदूळ, ज्यूट इत्यादींचे उत्पादन सुद्धा येथे होते. आसाममध्ये सिल्क मोठ्या प्रमाणात बनविले जाते. कित्येक विणकर येथे काम करतात.

आसामची मुख्य भाषा आसामी आहे, पण काही भागात बंगालीसुद्धा बोलली जाते. आसामच्या लोकांचा मुख्य आहार भात हा आहे. याबरोबर सहसा फिश करी, डाळ व वेगवेगळ्या भाज्या खाल्ल्या जातात. सणावारी तांदळाच्या पेस्टपासून 'पिठा' नावाचा गोड पदार्थ बनविला जातो.

असा हा पूर्वांचल प्रदेश. शाकाहारी खवय्यांची येथे निराशा होईल, मात्र मांसाहार व मासोळी ज्यांना आवडते त्यांची तेथे चंगळ आहे. तिबेटी व चिनी पद्धतीचा पगडा इथल्या खाण्यावर सुद्धा आहे. तरीही बंगाली खाद्य संस्कृतीची छाप आपल्याला जास्तीत जास्त दिसून येते. म्हणूनच बंगाली पदार्थ व आसामी पदार्थ जवळपास एकसारखेच आहेत. मात्र तेथील लोकांच्या पदार्थ बनविण्याच्या पद्धती वेगवेगळ्या आहेत. जसे आपल्या महाराष्ट्रात पदार्थाला आंबटपणा आणण्याकरिता आमसुलाचा वापर करतात तसेच आसाममध्ये पदार्थाला आंबट चव आणण्यासाठी 'चालता' नावाचे फळ वापरतात. काही आसामी/बंगाली पदार्थांच्या पाककृती आपण पाहूया.

पंच फोरम तरकारी

साहित्य

भोपळा, चौकोनी चिरलेला बटाटा १ नग, चिरलेले वांगे १ नग, सुकी मिरची २ नग, तेल २ चमचे, मेथीदाणा अर्धा चमचा, बडीशेप अर्धा चमचा, मोहरी अर्धा चमचा, जिरे अर्धा चमचा, तमालपत्र २ नग, हिरवी मिरची चिरलेली २ नग, हळद १ चमचा, दूध १ चमचा, साखर अर्धा चमचा, मीठ चवीनुसार.

कृती

तेल गरम करून सर्व मसाले त्यात परतून घ्यावे. त्यानंतर चिरलेल्या भाज्या टाकून चांगल्या एकत्र करून घ्याव्या. नंतर हिरवी मिरची, साखर, मीठ व हळद घालून पुन्हा एकत्र करून घ्यावे. आवश्यकतेनुसार दूध व पाणी घालून शिजवून घ्यावे. पाणी आटेस्तोवर गॅस मंद करा. पुरी किंवा भाताबरोबर वाढावे.

आसामी पद्धतीचा गरम मसाला

साहित्य

शहाजिरे १ चमचा, मेथीदाणा अर्धा चमचा, ओवा अर्धा चमचा, मोहरी अर्धा चमचा, साधे जिरे १ चमचा, लवंग अर्धा चमचा, वेलची अर्धा चमचा, कलमी अर्धा चमचा, काळे मिरे अर्धा चमचा.

कृती

यामध्ये पहिले पाच पदार्थ मंद आचेवर तेलामध्ये परतून घ्यावे. व दुसऱ्या पदार्थांबरोबर मिसळून बारीक करून घ्यावे.

नरसिंघ मसोर झोल (फिश करी)

साहित्य

लहान मासोळ्या (आवडीनुसार) २५० ग्रॅम, ठेचलेला नरसिंग पात (कढीपत्ता) २०० ग्रॅम, आले-लसूण पेस्ट १ चमचा, उकडून कुस्करलेला बटाटा १ नग, पंचफोडणी अर्धा चमचा, सुकी लाल मिरची २-३ नग, मोहरीचे तेल ३ चमचे, हळद २ चमचे, मीठ चवीनुसार, पाणी २ कप.

कृती

सर्वप्रथम मासोळीला एक चमचा मीठ व एक चमचा हळद लावून अर्धा तास मुरवून घ्यावे. एका पॅनमध्ये तेल गरम करावे. त्यात मुरवलेली मासोळी थोडी शॅलो फ्राय करून घ्यावी व ती बाजूला ठेवावी. नंतर पंचफोडणी (शहाजिरे, मेथीदाणा, ओवा, मोहरी व साधे जिरे सम प्रमाणात) व लाल मिरच्या उरलेल्या तेलात टाकावे. तडतडल्यावर आले-लसूण पेस्ट टाकावी. पेस्ट तपकिरी रंगाची झाल्यावर त्यात कढीपत्ता टाकावा. गरज असल्यास पाणी टाकावे व उकळून घ्यावे. त्यानंतर कुस्करलेला बटाटा व मीठ घालावे. सर्वांत शेवटी मासोळी घालून झाकण बंद करून १० मिनिटे शिजवून घ्यावे. नरसिंघ मसोर झोल भाताबरोबर खायला द्यावा.

श्रिम्प अॅन्ड कॉर्न सूप

साहित्य

आसाम ब्लॅक टी ४ चमचे, पांढरे मिरे २ चमचे, कुटलेला वेलदोडा (सालासकट) २ चमचे, दालचिनी ४ नग (४ इंच), आले १ ते ३ इंच, पाणी १२ कप, सोया सॉस पाव कप, लो सोडीयम फिश सॉस ३ चमचे (हवा असल्यास), हिरवा कांदा चिरलेला ४ नग, रेड पेपर फ्लेक्स चवीनुसार, मक्याचे तुकडे ३ नग, झुकिनी (काकडीसारखा प्रकार) ३ नग, सोललेले श्रिम्प अर्धा किलो, फ्रेश बीन्स १०० ग्रॅम.

कृती

चहापूड, मिरे, वेलदोडा, दालचिनी व आले कापडात बांधून घ्यावे. पाणी उकळल्यावर गॅस बंद करावा. त्यात ही पुरचुंडी बुडवून ठेवावी. अर्क उतरल्यावर बाजूला ठेवावी नंतर त्या पाण्यात सोया सॉस, फिश सॉस, हिरवा कांदा आणि पेपर फ्लेक्स टाकून एकत्र करावे. एकीकडे मक्याचे तुकडे ५ मिनिटे वाफवून घ्यावे. झुकिनीचे लांब पातळ (अर्धा इंच) तुकडे कापून घ्यावे. अर्काचे पाणी मंद आचेवर ठेवून त्यात मक्याचे तुकडे घालून ५ मिनिटे शिजवावे. श्रिम्प घालून पुन्हा ५ मिनिटे शिजवून घ्यावे. त्यानंतर बीन्स व झुकिनी घालून २ मिनिटे किंवा मऊ होईपर्यंत शिजवावे. गरमागरम खायला द्यावे.

टीप

- झुकिनी नसल्यास सुद्धा हा पदार्थ करू शकतो पण आजकाल मॉल्समध्ये ही भाजी सहजपणे उपलब्ध असते.

आसामी सुके मटण

साहित्य

मटण ५०० ग्रॅम, दही १ कप, आले १ इंच तुकडा, लसूण ८-१० पाकळ्या, तमालपत्र २ नग, गरम मसाला पावडर १ चमचा (आसामी पद्धतीचा गरम मसाला), मोहरी, तेल १ कप, हळद १ चमचा, मीठ चवीनुसार.

कृती

सर्वप्रथम दही फेटून घ्यावे. मटणाचे तुकडे मीठ, हळद, दही व १ चमचा तेलात २ तास मुरवून घ्यावे. आले किसून घ्यावे व लसूण ठेचून घ्यावा. उरलेले तेल गरम करून त्यात आले, लसूण, तमालपत्र घालावे, एक मिनिट परतून घ्यावे व त्यानंतर त्यात मटणाचे तुकडे घालावे. मंद आचेवर कमीत कमी अर्धा तास किंवा मटण मऊ होईपर्यंत शिजवावे. गरम मसाला टाकून ढवळून घ्यावे. जेव्हा मटण सुके होईल तेव्हा आचेवरून काढून वाढावे.

मणिपूर व मिझोराम

माझा ईशान्य भारताचा शेवटचा टप्पा सुरू झाला तो मणिपूर आणि मिझोराम येथून. मिझोराम हा एक डोंगराळ प्रदेश आहे. या टप्प्याचे वर्णन 'सात पहाडांना नदीची घातलेली माळ' असे करावे लागेल. फेब्रुवारी १९८७ रोजी हे भारताचे २३ वे घटक राज्य म्हणून उदयास आले. पूर्वी हा भाग आसाम राज्याचाच एक जिल्हा होता. आणि मणिपूरबाबत बोलायचे तर या राज्याचा पूर्व इतिहास फार मोठा आहे. याची सुरुवात सन. ३३ ई. मध्ये पखंगबा या राजाच्या राज्यभिषेकाने झाली. त्यानंतर अनेक राजांनी इथे आपले वर्चस्व गाजवले. १८ व्या शतकात बर्मी लोकांनी सुद्धा येथे आपले राज्य प्रस्थापित केले होते. भारत स्वतंत्र झाल्यानंतर काही वर्षांनी म्हणजे २१ जानेवारी १९७२ रोजी मणिपूरला स्वतंत्र राज्याचा दर्जा मिळाला.

मणिपूर व मिझोराम या राज्यात आपल्याला आदिवासी जमातीचे लोक जास्त प्रमाणात पाहायला मिळतात. या आदिवासी समूहात मेइती, नागा, कुकी इत्यादी विविध जमातींचे लोक राहतात. इथे प्रत्येक जमातीची एक वेगळी आणि विशिष्ट परंपरा आहे. त्यामुळे तिथले पारंपरिक जेवण काय, हे जाणून घेण्याची मला फार उत्सुकता होती. मणिपूर, मिझोराममध्ये ईशान्य भारतातील इतर भागांप्रमाणे मांसाहाराचे व भाताचे महत्त्व आहे. पण इथले वैष्णव लोक मात्र पूर्णपणे शाकाहारी आहेत. त्यांच्या जेवणाला प्रसादही म्हटले जाते. हा प्रसाद मला इंफाळमधील श्री गोविंदजीच्या मंदिरात चाखायला मिळाला. सुबक पद्धतीने केळीच्या पानात वाढलेला हा प्रसाद खाल्ल्याशिवाय मणिपूरहून येऊच नये. रथयात्रेच्या वेळी बावन्न भोग म्हणजेच बावन्न प्रकारच्या मिठायांचा नैवेद्याचा आस्वाद आपल्याला घेता येईल.

इंफाळच्या खास हॉटेल्सचा उल्लेख करावा लागेल तो हॉटेल ख्रिस्तीना, हॉटेल अमर पॅलेस आणि हॉटेल ताम्फा यांचा. इथे कोबोक नावाचा गोड पदार्थ खाल्ला. थोडासा कोकणी पद्धतीने बनवलेला व भाताचा वापर केलेला असा हा पदार्थ होता. त्यानंतर कोटपिठ्ठा हा पण गोडाचा प्रकार. कुस्करलेल्या केळ्यात गूळ, वेलची पावडर, तांदळाचे पीठ इत्यादी घालून केलेला हा प्रकार. याशिवाय इरोम्बाटू हा माशाचा प्रकार, बांबू शूट व इतर भाज्या वापरून तयार केलेला पातळ भाजीचा किंवा आमटीचा प्रकार, गरम भात, तूप व पापड याबरोबर अप्रतिम लागतो. इथे मला अजून एक जाणवले ते म्हणजे बांबू शूटचा वापर कित्येक पदार्थांत करतात. एम. जी. रोडवरून जाताना आपल्याला लाल बंगली नावाचे घरवजा हॉटेल दिसेल. तिथे शिरताना असे वाटेल की, आपण कोणाच्या घरात शिरतो आहोत. त्याचबरोबर तिथले मंद पारंपरिक संगीत आणि वेण्या घातलेली गोरी-गोमटी पोरे-पोरी, तुमचे हसतमुखाने स्वागत करतात. तिथला 'मिसा माछ' खायला जायलाच पाहिजे. तीन-चार प्रकारे तो बनवितात. त्यानंतर हॉटेल छत्रीकमधील डक प्रिपरेशन हेही अप्रतिम. बदकाला विशिष्ट प्रकारचा मसाला लावून अंड्याच्या द्रावणात बुडवून, हळुवारपणे मंद आचेवर भाजून नूडल्स व भाताबरोबर खायला देतात. याशिवाय विशिष्ट प्रकारच्या वांग्याची भाजी व फ्राईड नूडल्स हे कॉम्बिनेशन पण एकदा खायला हरकत नाही. एक मात्र खरे, शहराच्या मधोमध असलेल्या 'हॉटेल राजस्थान'मध्ये मला शुद्ध शाकाहारी मारवाडी पद्धतीचे जेवण मिळाले. तेथील

खाण्याचे सगळेच प्रकार अप्रतिम होते एवढे मात्र नक्की. ईशान्य भारतात मला मणिपूर, मिझोराम हा भाग जास्त आवडला. तिथली ही एक खास पाककृती -

चिंगरी माछेर कालिया

साहित्य

मासे अर्धा किलो, बटाटे २ नग, मटारचे दाणे अर्धी वाटी, कांद्याचे वाटण ५ चमचे, वाटलेले आले १ चमचा, तिखट दीड चमचा, हळद १ चमचा, टोमॅटो १ नग, मोहरीचे तेल पाव वाटी, तमालपत्र १ नग, साखर पाव चमचा, गरम मसाला अर्धा चमचा, मीठ चवीनुसार.

कृती

कोळंबी साफ करून स्वच्छ धुवून घ्यावी. मीठ आणि हळद लावून दहा मिनिटे ठेवावी. नंतर मोहरीच्या तेलात तळून घ्यावी. बटाटेही तेलात तळून घ्यावे. उरलेल्या तेलात तमालपत्र-कांदा-लसूण-वाटलेले आले घालून चांगले परतावे. नंतर त्यात हळद, तिखट आणि टोमॅटो घालून परत तेल सुटेपर्यंत परतावे. अर्धी वाटी पाणी घालून बटाटे, मटारचे दाणे, साखर, कोळंबी घालावी. मीठ हवे असल्यास घालावे. झाकण ठेवून चांगली वाफ आणावी. पाणी आटले की गरम मसाला घालून एकत्र करावे आणि गॅसवरून उतरवावे.

त्रिपुरा

त्रिपुरा हा तसा एकाकी पडलेला परंतु निसर्गरम्य असा भारताचा भाग. इथले जेवण थोडे आदिवासी पद्धतीचे. इथेसुद्धा मला बंगाली लोकांचे वर्चस्व जास्त जाणवले. भातशेती हा त्यांचा मुख्य व्यवसाय. त्यामुळे भातापासून तयार होणाऱ्या बऱ्याच पाककृती इथे मला मिळाल्या. त्यातला एक बांबू राईस म्हणजेच गोल मोठ्या पोकळ बांबूत काही मसाले घालून शिजवलेला भात. शिजवताना त्याला एक वेगळ्या प्रकारचा बांबूचा वास येतो, हा तुम्हाला बाजाराच्या ठिकाणी हमखास मिळेल. त्यानंतर ॲपाँग नावाचे पेय. हे सुद्धा भातापासून तयार केलेले असते. हे पेय मला कुमारघाट इथे एका हॉटेलमध्ये प्यायला मिळाले. अप्रतिम अशा चवीचे ते पेय होते. हेच फसफसल्यावर याची दारू तयार होते. तिथून येताना मी बांबू शूट आणि बेबीकॉर्नचे लोणचे आणले. पुढे पत्थरखंडी येथील मुलतानी महाल इथे पारंपरिक जेवणाचा आस्वाद मिळाला. 'मुईबोरोक' नावाचा त्यांचा पारंपरिक पदार्थ होता. तिथल्या संपूर्ण अन्नाला 'बर्मी स्टाईल फूड' म्हणतात. 'बर्मी स्टाईल फूड' हा थोडासा तिखट प्रकार आहे.

मासोळी हा त्यांच्या जेवणातला अविभाज्य घटक आहे. भात आणि मासोळी हे त्यांचे आवडते जेवण. तिथला एक विशिष्ट प्रकारचा मासा माझ्या बघण्यात आला. तो 'फरमेंट' करून वाळवलेला होता. जेव्हा घेतला तेव्हा त्याचा वास नकोसा वाटला. पण शिजवल्यावर मात्र आजूबाजूच्या सर्व लोकांच्या तोंडाला पाणी सुटले. एवढे मात्र खरे, ज्या संस्कृतीचे लोक तिथे असतात त्या पद्धतीचे जेवण आपल्याला तिथे मिळते.

हा सगळा भाग फिरताना एवढे मात्र लक्षात आले की, उत्तर भारत किंवा दक्षिण भारत येथे जेवढे जेवणाचे प्रकार आहेत त्या मानाने इथले जेवण थोडेसे मर्यादित आहे. या भागावर चायनीज आणि बंगाली खाद्यसंस्कृतीचा पगडा आहे.

नागालँड

कोलकात्याहून विमानाने दोन तास किंवा ट्रेनने एक दिवसाचा प्रवास केल्यावर आपण नागालँडला पोहोचतो. कोहिमा ही नागालँडची राजधानी. मी ज्या गावात गेलो त्या गावाचे नाव दिमापूर. स्वच्छ, सुंदर आणि नीटनेटके. देवाने निसर्गाची मुक्त हस्ताने उधळण केलेले असे हे गाव. इथले लोक स्वतःला भारतीय समजत नाहीत. इथली मुले-मुली दिसायला सुंदर, सडपातळ व मृदुभाषी. मार्केटमध्ये फेरफटका मारल्यावर असे दिसले की, इथे बायका जास्त प्रमाणात काम करतात. पुरुष आरामात बसून खातात. एकूणच संपूर्ण पूर्वांचलात हेच चित्र दिसते. कारण इथे मातृसत्ताक पद्धती आहे. जे काही पुरुष काम करताना दिसतात, त्यातले जास्तीत जास्त लोक आसाम, बंगाल किंवा इतर राज्यातून आलेले असतात.

हॉटेलमध्ये सुद्धा स्त्रियांची मक्तेदारी जास्त असते. आपल्या इथे हॉटेल्समध्ये हेड कुक/एक्झिक्युटिव्ह शेफ हा पुरुष असतो पण तिथे सुद्धा मला तिकडे स्त्रियांचेच वर्चस्व जाणवले.

स्वागत कक्ष, मुदपाकखाना, हॉस्पिटॅलिटी या सर्व स्तरांवर मला तिथे स्त्रियाच दिसल्या. इथे बाहेर खायला गेले तर किड्यांची चटणी, पोर्क, बेडूक इत्यादी प्राणी वेगवेगळ्या प्रकारे बनवून डिशमध्ये तुमच्यासमोर येईल. इथे एक किडा मार्केट आहे. तिथे वेगवेगळ्या प्रकारचे किडे म्हणजे अगदी रातकिड्यापासून काजवे, माश्या, मुंग्या, मुंग्यांची अंडी, मधमाश्या, नाकतोडे वगैरे विकायला असतात. थोडे पुढे गेले तर वेगवेगळ्या आकाराचे आणि रंगांचे बेडूक टांगून ठेवलेले होते. नंतर कळले, की ते सुद्धा खाण्यासाठी असतात. खाण्यासाठी बेडकांची स्वतंत्र शेती केली जाते. वेगवेगळ्या चवीचे, वेगवेगळ्या पाण्यातील बेडूक तिथे विकायला असतात. त्याच मार्केटमध्ये पुढे गेल्यावर मला शिंग-वॉंग-यू हा आपल्या इथल्या ढाब्यासारखा प्रकार दिसला. तिथे टेबलं-खुर्च्या वगैरे सगळे दगडाचे होते आणि छोट्या प्रकारच्या काळ्या किड्यांची आमटी तिथे विकायला होती. त्याबरोबर मध्यम आकाराचा नाकतोडा १५ रुपयाला विकायला होता. त्याला ते तुमच्या चवीप्रमाणे बनवून द्यायचे. समोर दाबाची मार्केट होते. तिथे प्लाझा बेकरी होती. त्या बेकरीत बेकरी उत्पादनाशिवाय चाट व साउथ इंडियन प्रकार होता. तिथली पाणीपुरी सगळ्यात चांगली असते, असे म्हणतात. ॲरोमा नावाच्या हॉटेलमध्ये चायनीजबरोबर, इंडियन, जापनीज, याशिवाय तिथल्या हिरव्या भाज्या, ज्यांची नावे तर सोडाच पण त्या आपण पाहिल्यात सुद्धा नाहीत, असे जेवण मिळते. अजून एक गमतीदार गोष्ट. आपल्या इथे जसे सणावारी गोड करतात तसे तिथे एखाद्या सणाच्या दिवशी किंवा पार्टीमध्ये कुत्र्याचे मांस शिजवून खातात. हा सगळा प्रकार बघून मला तिथे साधे जेवणही जेवायची इच्छा झाली नाही.

असे प्रदेश, अशी संस्कृती आणि असे जेवण आपण आपले स्थान सोडून बाहेर गेलो तरच कळते.

खेकड्याचे कालवण

साहित्य

खेकडे,
कांदा,
टोमॅटो,
आले-लसूण वाटण,
जिरे, हळद,
मीठ,
तिखट,
तेल.

कृती

खेकड्यांना एक ठेच मारून त्याचे मधल्या भागावरचे आच्छादन काढून टाकावे. त्यातला पिवळा द्रव काढून टाकावा. खेकडे थोडे ठेचून घ्यावेत. पातेल्यात तेल गरम करून त्यावर बारीक चिरलेला कांदा-टोमॅटो परतावे. त्यात आले-लसूण वाटण, हळद घालावी. त्यावर खेकडे टाकून चांगले परतावे. एक वाफ आली की त्यात भरपूर पाणी घालावे. रस अगदी पातळ झाला पाहिजे. मीठ, तिखट घालून थोडा वेळ शिजू द्यावे. अनेक गावांमध्ये हे कालवण भाकरीबरोबर खाण्याची पद्धत आहे. गरम पाणी वापरल्याने हे कालवण अधिक काळ टिकते.

सिक्कीम

सिक्कीमचा पूर्व इतिहास तेराव्या शतकात, उत्तरी सिक्कीममधील काब लुंगत्सोक लेपचा राजा थेकॉन्ग टेक आणि तिबेटी युवराज ख्ये बुमसा यांच्या रक्तसंबंधातून व भाईचाऱ्याच्या झालेल्या करारावरून सुरू होतो. यानंतर १६४१ मध्ये तिबेटमधील सन्मानित लामा संतांनी पश्चिम सिक्कीममधील युकसॉन प्रांताची ऐतिहासिक यात्रा केली, तेथे त्यांनी खे-हूमसा यांच्या सहाव्या पिढीतील वंशज असलेल्या फंत्सोग लामग्याल याचा सिक्कीमचा पहिला चोग्याल म्हणून राज्याभिषेक केला. अशा प्रकारे सिक्कीममध्ये नामग्याल राजवंशाचा उदय झाला. बदलत्या वेळेनुसार सिक्कीम हे लोकतांत्रिक प्रक्रियेतून निघाले आणि १९७५ मध्ये भारतीय संघाचा एक अविभाज्य घटक बनले.

सिक्कीममध्ये सर्व धर्माचे लोक पाहायला मिळतात व त्यांच्या विचारांमध्ये एक वेगळेपण पाहायला मिळते. वेगवेगळे विचार असलेले हे लोक भारतातील सांप्रदायिकतेचा सद्भाव व मानवी संबंध टिकवून ठेवणारे आहेत. म्हणून सिक्कीम या राज्याला भातातील सर्वांत शांत राज्य समजले जाते.

सिक्कीम हा एक छोटा डोंगराळ प्रदेश आहे. त्याच्या उत्तर दिशेला तिबेटचे पठार, पूर्वेला तिबेटची चुंबी घाटी आणि भूतान देश, पश्चिमेला नेपाळ, तर दक्षिण दिशेला दार्जिलिंग आहे. या राज्याचे एकूण क्षेत्रफळ ७०९६ चौ. किलोमीटर इतके आहे. जगातील तिसरे सर्वांत उंच शिखर कांचनगंगा हे सुद्धा याच राज्यात आहे. या शिखरामुळे सिक्कीमचे संरक्षण होते म्हणून तेथील लोक या शिखराला देव मानतात. येथील नैसर्गिक सुंदरता मनाला तृप्त करणारी आहे.

सिक्कीम हे मूळ कृषिप्रधान राज्य मानले जाते. येथील लोकांचे दैनंदिन जीवन हे शेतीवरच निर्धारित आहे. येथील शेतीत मका, तांदूळ, गहू, बटाटे, मोठी वेलची, आले आणि संत्री इत्यादींचे उत्पादन घेतले जाते. सिक्कीम हे आपल्या देशातले मोठ्या वेलचीचे सर्वांत जास्त उत्पादन घेणारे राज्य आहे. सिक्कीममध्ये जास्तीत जास्त भागात मोठ्या वेलचीचे उत्पादन घेतले जाते. या राज्यात मुख्यतः भीटिया, लेपचा आणि नेपाळी समुदायाचे लोक राहतात. संक्रांत, दुर्गापूजा, लक्ष्मीपूजन, दसई, सोनम लोसूंग, नामसूंग, मेन्दोग, हलो रुम फाट (तेन्दोंग पर्वंतीची पूजा), लोसर (तिबेटीय नववर्ष) हे या राज्यातील प्रमुख सण आहेत.

सिक्कीम हे राज्य हिरवेगार झाडे, जंगले, प्रेक्षणीय खोरी व पर्वतांसाठी प्रसिद्ध तर आहेच पण शांतीप्रिय लोकांमुळे देशातील पर्यटकांकरिता सिक्कीम हे सुरक्षित स्वर्गासारखे मानले जाते. सिक्कीमचा प्रमुख बुद्ध मठ पेलिंगमध्ये आहे. याव्यतिरिक्त पश्चिम सिक्कीममध्ये ताशिदिंग मठ आहे, जो सिक्कीममधील सर्वांत पवित्र मठ मानला जातो. सिक्कीममधला सर्वांत प्राचीन मठ युकसोम हा आहे. याला ड्रबडी मठ या नावानी सुद्धा ओळखतात.

व्हेज मोमोज

साहित्य

मैदा १ कप, न्यूट्रिला ग्रैन्यूल्स ५-६ चमचे (पॅकेटवर दिलेल्या कृतीनुसार तयार करून घेणे), बारीक चिरलेले मश्रूम अर्धा कप, बारीक चिरलेला कांदा अर्धा कप, लसूण पेस्ट १ चमचा, आले पेस्ट १ छोटा चमचा, सोया सॉस २ चमचे, मीठ चवीनुसार.

कृती

एक कप मैद्यात अर्धा चमचा मीठ घालून मिश्रण चांगल्या प्रकारे मळून घ्यावा व अर्धा तास फ्रीजमध्ये ठेवावा. नंतर फ्राय पॅनमध्ये तेल गरम करून त्यात कांदा, मश्रूम, न्यूट्रिला ग्रैनूल्स, लसूण, आले, सोया सॉस व चवीनुसार मीठ घालून मोठ्या आचेवर परतून घ्यावे. नंतर फ्रीजमधील मैदा काढून त्याच्या छोट्याछोट्या चपात्या बनवून घ्याव्या व त्यात एक-एक चमचा वर तयार केलेले मिश्रण भरून चारही बाजूंनी बंद करावे (मोदकाप्रमाणे). नंतर या मोमोजला एका स्टीमरमध्ये २०-२५ मिनिटे ठेवून शिजवून घ्यावे. किंवा हे मोमोज तेलात तळू शकतो. वाफेवर शिजवलेल्या या पारंपरिक मोमोजला गरम-गरम सूपबरोबर खायला द्यावे.

स्टफ्ड क्रॅब (खेकडा)

साहित्य

पाच चमचे तेल, एक चमचा मोहरी, एक चमचा बडीशेप, दोन चमचे चिरलेले कांदे, दोन चमचे किसलेले आले, चार चमचे तिखट, चिरलेला एक मध्यम टोमॅटो, कढीपत्त्याची पाने ८-१०, तीन पातीचे कांदे, दोन चमचे मिरी दाणे, पाव किलो खेकड्यातील मांस, अर्ध्या लिंबाचा रस, चार चमचे कोथिंबीर बारीक चिरलेली, मीठ.

कृती

कवच काढून मग खेकड्यातले मांस काढून घ्यावे. कवच स्वच्छ धुवून ठेवावे. एका कढईत फोडणीसाठी तेल गरम करून त्यात मोहरी आणि बडीशेप घालून परतावे. त्यात चिरलेले कांदे घालून गुलाबी रंगावर परतावे. त्यात आले आणि तिखट घालून मिनिटभर परतावे. त्यात टोमॅटो घालावा आणि मिश्रण घट्ट होईपर्यंत साधारण पाच मिनिटे परतावे. त्यात कढीपत्ता, बारीक चिरलेली कांद्याची पात आणि कुटलेली मिरी घालून मिनिटभर परतल्यावर गॅस मंद करावा आणि कढईत खेकड्याचे मांस व लिंबाचा रस घालावा. सर्वांत शेवटी हवे असल्यास मीठ घालावे. या मिश्रणात थोडी कोथिंबीर सुद्धा घालावी आणि हे मिश्रण खेकड्याच्या धुतलेल्या कवचांमध्ये घालून वाढावे. वाढताना उरलेली कोथिंबीर घालावी.

लेखक परिचय

विष्णू मनोहर
गोविंद भवन,
गोरे पेठ, नागपूर
manohar.vishnu@gmail.com

- आंतरराष्ट्रीय स्तरावरील सेलिब्रिटी शेफ
- पाककृतींमध्ये स्वत:चा वेगळा ठसा निर्माण करणारे यशस्वी हॉटेल व्यावसायिक
- जागतिक स्तरावर आयोजित पाककृतीविषयक परिषदांमध्ये सहभाग
- देशभरातच नव्हे, तर जगभरात अनेक ठिकाणी तब्बल ३५०० 'कुकरी शो'चे यशस्वी आयोजन
- पाककृतीविषयक स्पर्धा, टीव्ही शोजमध्ये तज्ज्ञ म्हणून सहभाग
- स्थानिक, प्रांतीय तसेच देशोदेशींच्या पाककृतींवर आधारित ५६ पुस्तकांचे लेखन
- अनेक वृत्तपत्रांमध्ये स्तंभलेखन
- 'लिम्का बुक ऑफ वर्ल्ड रेकॉर्ड'मध्ये अनेक विक्रमांची नोंद. 'यंगेस्ट आंत्रप्रेनर ॲवॉर्ड', 'सारथी पुरस्कार' यांसारख्या अनेक प्रतिष्ठित पुरस्कारांचे मानकरी

www.ingramcontent.com/pod-product-compliance
Lightning Source LLC
LaVergne TN
LVHW050856051026
849532LV00006BA/2273
* 9 7 8 9 3 4 8 0 4 8 7 4 5 *